பெருங்கூட்டத்தில் தொலைந்தவனின் தனிமை

நாகா

டிஸ்கவரி புக் பேலஸ்
கே.கே.நகர் மேற்கு, சென்னை - 600 078.
(பாண்டிச்சேரி கெஸ்ட் ஹவுஸ் அருகில்)
Mobile: +91 87545 07070

பெருங்கூட்டத்தில் தொலைந்தவனின் தனிமை (கவிதைகள்)
ஆசிரியர்: நாகா
உரிமை: சீ.அஞ்சுகம்©

Perunkoottathil Tholainthavanin Thanimai (Poems)
Author: Naga
Copyright : S.Anjugam©

First Edition: October - 2018
ISBN: 978-93-86555-58-8
Pages: 112

Published by :
Discovery Book Palace (P) Ltd,
6, Mahaveer Complex, Munusamy Salai,
K.K.Nagar West, Chennai-600 078.
Mobile: +91 87545 07070

E-mail: discoverybookpalace@gmail.com,
Website: www.discoverybookpalace.com

Rs. 100

காட்சிகளின் உபசரிப்பில்...

தேவதைகளும் சூனியக்கார கிழவிகளும் குறுக்கும் நெடுக்குமாக கடந்து கொண்டிருக்கும் வாழ்க்கை பயணத்தில் நம்மைப் பார்த்து புன்னகைப்பது என்னவோ சூனியக்கார கிழவிகள்தான் என்று அங்கலாய்க்கும் நண்பருக்கு,

இந்த புத்தகத்தில் படிக்கும் ஒவ்வொரு கவிதையிலும் ஒரு கதை வாழுது. ஒவ்வொரு கதையின் முடிவிலும் பல கேள்விகள் கேட்க தோணுது

அம்மாவின் கழுத்தை கட்டிக்கிற எனக்கு போட்டியா அது வரும்னு கனாக்கூட கண்டதில்லை...

ஒரு நைலான் கயிற்றில் எத்தனை சோகம் கட்டப்பட்டுள்ளது?

அப்படி ஒரு நிலையில் அத்தையை நான் பார்த்ததில்லை ...
நெருப்பு உண்ட உணவாய்
குருத்து வாழை இலையில் கிடத்தி வைக்கப்பட்டு

அத்தைக்கு தீக்காயம் எப்படி ஏற்பட்டது ?

நாலுமணி பாசஞ்சரில் வந்து சேர்ந்தது சீருடைகள் ...
எட்டுமாதம் நிரம்பிய வயிற்றில்
உதைக்க ஆரம்பித்தது நிகழ் காலத்தின் வலி ..

ரயிலில் வந்தது பட்டாளத்துக்காரரின் சீருடை மட்டும்தானா?

கணவன் புகைப்படத்திற்கு
பூத்தொடுப்பதுமாய் பொழுதுகள்
பொட்டல் காட்டில் மூச்சு வாங்கும் ..
மஞ்சக்காணி நிலமும்
பொறை மோருமாக தேங்கிவிட்டது வாழ்க்கை...

ஓட்டான்சில்லுல தான் தயிர் அளந்து தருவாங்களா?

ஊருக்கே துணி தைக்கிறார்
உனக்கு ஒரு கால்சட்டை தைக்க மாட்டாரா?...
தபால் பெட்டியுடன் வரும் அவர் மகனை
கேள்விகளால் துளைத்தெடுக்கும் எங்கள் பள்ளி...

உங்க ஊர் தையல்காரரும் இப்படித்தானா?

பிடி நழுவி பதம்பார்க்கும் அரிவாளின் அத்துமீறல்!

எங்க புடிச்சீங்க இந்த சொல்லாடல்?

புகையும் சூளையின் நெருப்பு
குழைந்த மண்ணை
குறும்பாக பார்க்க சொல்லும் ...

அந்த கொசமூட்டு பொண்ணுக்கு ஏன் கல்யாணம் ஆகல?

கல்யாண புகைப்படத்தில் காணாமல் போன உறவுகளும்
பள்ளிக்கூட ஆண்டு புகைப்படத்தில்
புதைந்து போன தோழமைகளையும்
புதுப்பித்து தரும் அவரின் தொழில் நுட்பம்

சுப்புராஜ் ஸ்டுடியோவிற்குள் சுருக்கிட்டு கொண்டது ஏன் ?

வாழாவெட்டியாய் வீட்டுக்கு வந்தவளுக்கு
ஒரு நல்ல ரேடியோவாவது
வாங்கி தந்திருக்கலாம் அப்பா...

பள்ளத்தூர்க்காரி உங்க மாமாவுக்கு என்ன உறவு?

அரிசி, வேர்க்கடலை இத்துடன்
கொஞ்சம் ஈசலும் கலந்து அம்மா
வறுத்துக்கொண்டிருப்பாள்

வ்வே! எலிக்கறி, ஈசல் எல்லாம் சாப்பிடுவீங்களா?

தம்பிக்கும் எனக்கும் துணி எடுக்கும் அப்பாவை
கட்டாயப்படுத்தி அம்மாவிற்கும் அவருக்கும்
எடுக்கவைப்பார் கோவிந்தசாமி ...

அந்த புடைவைக்காரருக்கு நீங்க இன்னும் எவ்வளவு கொடுக்கணும்?

பட்டுரோசா பூக்களில்
அமர்ந்து போகும் வண்ணத்து பூச்சியை
கவனிக்காத தருணத்தில்
வாய் கொப்பளிக்கிறாள் கிழவி...

    வேலாயி கிழவிக்கு வாய் கொஞ்சமா நீளம்?

நாலு இணுக்கு கீரை
கொஞ்சம் பருப்பு போட்டு கடைஞ்சா
ரெண்டு கவளம் தூக்கலா சாப்பிடலாம்...

    சரியா சொன்னீங்க, முருங்கை கீரைன்னா சும்மாவா?

பூக்காம போனதால சிரிக்கறதையே மறந்துட்டா ..
சின்னவளை கட்டித்தாங்கன்னு
சம்மந்தம் பேச வந்தாங்க அக்காவோட மாமியார் வீடு

    ச்சே! என்ன மனுசங்கடா?

பாட்டியோட சன்னமான குரலில்
ஆதிவிதைநெல்லின் வாசம்...
உசுர கையில் புடிச்சுகிட்டு எழுந்து நடக்குறா
யாருக்கும் உபத்தரவமா ஆகிடுவோமான்னு

    கடவுளே! பாட்டிக்கு நல்ல சாவு வரணும்!

என்னை மாதிரி இந்த புத்தகத்தை படிக்கிறவங்க எல்லோருக்கும் மனசுல ஆயிரம் கேள்வி ஓடும். சொந்தக்காரங்க, அக்கம்பக்கம் வாழ்ந்தவங்க எல்லாம் கண்ணுக்குள்ள வந்துட்டு போவாங்க.

படிக்கும்போது கண்களை மூடிக்கொள்ளுங்கள்! நிச்சயம் ஒவ்வொரு கவிதையும் காட்சிகளின் உபசரிப்பு...

            சீ.அஞ்சுகம்,
              துபாய்

நட்பின் வாசலில் இருந்து...

எனக்குத் தெரிந்தவரை நண்பர் நாகா அவர்கள், தமிழை சுவாசித்து, தமிழோடு வாழ்வது மட்டுமல்லாமல், தமிழாகவே வாழ்ந்துகொண்டிருக்கிறார் என்றால் அது மிகையாகாது.

பேச்சு, உரைநடை, எண்ணம் மற்றும் பழகுதல்வரை எல்லாவற்றிலும் தமிழைப் போலவே அவர் இளமையும் இனிமையும் மாறாத மனிதர்.

அவர் எழுத்துகளில் எனக்கு அத்தனை பரிட்சயம் இல்லை என்றபோதிலும், அவர் வானொலி நிகழ்ச்சிகள்மூலமாக காற்று காகிதத்தில் அவர் குரல் எழுத்துகள் எனக்குப் பரிட்சயமே!

நாகாவின் 'பெருங்கூட்டத்தில் தொலைந்தவனின் தனிமை', நம்மை கட்டாயம் தனிமைப்படுத்தாது என்று உறுதிகூறி வாழ்த்துகளையும் பதிவுசெய்கிறேன்.

இவண்,

ந.தீனதயாளன்
(Dheena)
நிலைய மேலாளர்,
89.4 தமிழ் fm
துபாய்

நேசத்தின் தாழ்வாரத்தில் இருந்து...

வணக்கம். மீண்டும் ஒருமுறை எங்களின் ஆகச் சிறந்த படைப்பாளிக்காக வார்த்தை கோர்ப்பதில் உள்ளபடியே மகிழ்ச்சி. கவிதைகளும் புத்தகங்களும் நமக்குப் புதிதல்ல. ஆனால் இந்தக் கவிஞன் ஏனோ வியக்கவைக்கிறான்.

'பெருங்கூட்டத்தில் தொலைந்தவனின் தனிமை' கூட அப்படித்தான் என்னை வியக்கவைத்தது.

கிராமத்துத் திண்ணையோரம் கதைகள் சொல்லும் பாட்டி, மிலிட்டரி மாமாவின் அம்மு, இவர்களை நயமாய் கொண்டுவந்து அமர்த்தியிருக்கிறார் எங்கள் கவி.

அவளின் திமிரால் வீடு திமிறிப்போயிருந்தது என 'அட' சொல்ல வைக்கிறார் எங்கள் பாசத்திற்குரிய நாகா.

இதுவரை எந்தக் கூட்டத்திலும் தொலைந்த அனுபவம் இல்லை. ஆனால் நாகாவின் இந்த வார்த்தை பெருங்கூட்டத்தில் வரிவரியாய் தொலைந்துபோக ஆசைப்படுகிறேன்.

நிர்மல்
(RJ Nimmi)
தலைமை நிகழ்ச்சி பொறுப்பாளர்,
89.4 தமிழ் fm
துபாய்

பெருங்கூட்டத்தில் தொலைந்தவனின் இரைச்சல் மிகும் பொழுதுகள்...

மந்திரக்கோலை தொலைத்துவிட்டு என் எழுதுகோலை அடிக்கடி பிடுங்கிக்கொள்ளும் வேலையைச் செய்கிறாள் அந்த தேவதை...
மழை இரவிலும் வெயில் போர்த்திக்கொண்டு
எனக்கும் அதற்கும் அடிக்கடி நிகழ்கிறது கண்ணாமூச்சி...
எனக்கும் தேவதைக்கும் நடக்கும் சின்னச் சண்டை செல்ல ஊடல்...
எனக்கும் எனக்கும் நடத்திக்கொள்ளும் உரையாடல்...
இப்படியாகவே கழிகிறது பொழுதுகள்...

தேவதைக்காக நான் காத்திருந்த தருணங்கள் இப்போது தலைகீழாக மாறிவிட்டது...
என்னை எழுதிக்கொண்டு தன்னை நிரப்பிக் கொள்கிறாள் அந்த தேவதை...
தன் தாகத்திற்கு என்னை தண்ணீர் குடிக்கவைக்கிறாள் இப்போது.
என் நீண்ட பயணத்தில் அந்த தேவதை என் கண்களில் இருந்து கனவு காண பழகிவிட்டிருந்தாள்.
ஒரு தேவதையுடன் பேசிக்கொண்டிருப்பவனின் உரையாடலை வாசித்துக் கொண்டிருக்கிறீர்கள் நீங்கள்... மௌனமாய் இருக்கிறேன் நான்...
என் ஆகச் சிறந்த தருணங்களை அசைபோடுகிறது அந்த மௌனம்.

பெருங் கூட்டத்தின் மத்தியில் என்னை தொலைத்துவிட்டு தேவதையைத் தேடும் அவஸ்தையில் நெளிகிறது என் சுயம்...
சென்னையில் இருந்து துரத்தி அடிக்கப்பட்ட காற்று இப்போது அமீரக மண்ணில்...
அடுக்கு மாடி குடியிருப்புகளுக்குள், பாலைவன மணல் வெளிகளுக்குள், நெரிசலில் நகரும் மகிழுந்துகளின் கண் சிமிட்டல்களுக்குள் ஒலிபரப்பாகிக் கொண்டிருக்கிறது.

இது, என் பத்தாவது புத்தகம்.
பெருங்கூட்டத்தில் தொலைந்தவனின் தனிமை.
என்னைக் கவனித்தவர்களை, நான் கவனித்தவர்களை என்னைப் பேசவைத்து கவனிக்கத் தொடங்கிவிட்டது அந்த தேவதை...
அத்தனை குரல்களிலும் உங்கள் மௌனத்தை நீங்கள் உணர வாய்த்தால் அந்த தேவதை என்னை ஆசீர்வதித்திருக்கிறது என்று அர்த்தம்...

ஒரு புத்தகமாக இதைப் பதிவுசெய்து, அணிந்துரைக்குள் என்னை அர்த்தப்படுத்திய என் அன்புத் தோழி திருமதி அஞ்சுகம்,
பதிப்பாளர் டிஸ்கவரி புக் பேலஸ் நண்பர் திரு.மு.வேடியப்பன்,
என்னுடன் பயணிக்கும் என் அன்பு சகாக்கள் திரு.தீனதயாளன் (தீனா), திரு. நிர்மல் (நிம்மி)
தன் அன்பை ஒரு மழைபோல என்மேல் பொழிந்திருக்கும் Power Flow Middle East LLC நிறுவனத்தின் பங்குதாரர் மற்றும் நிதி இயக்குநர், சமூக சேவகர் கல்லிடைக்குறிச்சி திரு.கி.முஹம்மது முஹைதீன்,
என் கனவுகளை கண்களில் ஏந்திச்செல்லும் அன்பு தோழன்
திரு. கவுசர் பெக்
இப்படி பல கூட்டுக்குரல்களுக்கு மத்தியில்தான் இவனின் தனிமை...
அமீரகத்தில் முதன்முறையாக ஷார்ஜா பன்னாட்டு புத்தக கண்காட்சியில் வெளிவரும் இத் தொகுப்பு, இந்த வானொலிக்காரனின் ஆகச்சிறந்த நினைவுகளின் ஒலிப்பதிவு.

இதுவரை நிதானமாக என்னை பார்த்துக் கொண்டிருந்த அந்த தேவதை நெருங்கி வருகிறாள்...
நான் அந்த விழிகளைப் பார்க்கிறேன்...
ஒரு கோடி மழையின் ஆனந்தம் சூல்கொள்கிறது...
ஒற்றைத்துளிக்கும் ஒளிந்துகொள்ளும் பரவசத்தில் நான்...

ஈரமண்ணின் நேசத்துடன்

நாகா

நிகழ்ச்சித் தொகுப்பாளர்
89.4 தமிழ் fm, துபாய்
nagaa72@gmail.com
முகநூல்: RJ Naga
அழைக்க: 00971 525693727

இந்திய முகவரி:

பி48, திருப்பூர் குமரன் தெரு,
எம்.எம்.டி.ஏ.காலனி,
அரும்பாக்கம்,
சென்னை 600 106.
அழைக்க: 0091 9444105390

அம்மா விஜயாவுக்கு...

நிழல் ஈரமான ஒரு மதியம்
வளையல்காரர்களால் நிரம்பும்
எங்கள் தெரு
கண்ணாடி வளையல், டிஸ்கோ வளையல்,
ரப்பர் வளையல், சங்கு வளையல்.
துணி துவைக்கும் இடத்தில்
சிதறிக்கிடக்கும் வளையல் துண்டுகளில்
எனக்கான கலைடாஸ்கோப்
கண் சிமிட்டத் தொடங்கும்.
வானவில்லை உடைத்துப் போட்டு
பட்டாம்பூச்சிகள் பறக்க ஆரம்பிக்கும்...
பூப்போட்ட புட்டா புடவையும்
ஒரு ரூபாய் நாணய குங்குமப் பொட்டும்
வெற்றிலை உபயத்தில் சிவந்த வாயும்
மூங்கில் கூடையில் நிரம்பிய வாழ்க்கையுமாய்
பார்த்திருக்கிறேன் வளையல்காரம்மாவை...
அப்பாவின் அனுமதி சமயலறைவரை
அம்மாவின் அனுமதி புழக்கடை தாண்டியும்
தோட்டம்வரை தொடர்ந்தது அக்காவின் நேசம்...
அக்காவின் வளைகாப்புக்கு கை நிறைய
வளையல்கள் போட்டு மகிழ்ந்த கைகளால்தான்
உடைக்கவேண்டியும் வந்தது ஒரு நாள்...
வளையல்கள் உடைக்கும் பெண்களால்தான்
தனக்கான வியாபாரம் இருப்பதாய்
பாசாங்கு இல்லாமல் சொல்லிச் சிரிப்பாள்...
கிணற்றடியில் உடையாமல்
மற்றவர்களை உடைத்துக்கொண்டிருந்தது
ரப்பர் வளையல்
உடையும் வளையல்களும்
உடையாத நினைவுகளுமாய் சுமக்க ஆரம்பிக்கிறது
வாழ்க்கை...

வேலங்காட்டுக்குப் பக்கத்தில்
செம்மண் படிந்த ஒற்றையடிப் பாதை
பாம்பாட்டிச் சித்தனை
அந்த பனையோலை வேய்ந்த குடிசையில்
பார்த்திருக்கிறேன் பலமுறை...
ஊருக்குள் பாம்பு பிடிக்க
அவரைவிட்டால் வேறு ஆளில்லை.

தண்ணிப்பாம்பு கடிக்கு சுண்ணாம்பு தடவி
நல்லபாம்பு தீண்டலுக்கு பச்சிலை கட்டி
ஒரு குட்டி வைத்தியராக ஊருக்குள் பிரசித்தம்...
காற்றில் பாம்புச் சட்டை படபடக்க
சற்றுமுன் கடந்துசென்ற அரவத்தின் சூட்டில்
ஊர்ந்துகொண்டிருந்தது எறும்புகள்...
விஷம் கக்கும் பாம்புகளுடன்
குடியிருக்கப் பழகியிருந்தது அவரின் இருப்பு...
வயிற்றுப் பிழைப்புக்கு வித்தைகாட்டும்
பாம்பாட்டிகளுடன் மல்லுக்கட்டுவார் அவர்.
பரமபத கட்டங்களில் சறுக்கி விழவைக்கும்
பாம்புகளை
சோழிகள் கொத்த ஆரம்பிக்கும்.
ஒரு பாம்பாட்டியின் பகல் பொழுதுகளை
காவு வாங்கிக்கொண்டிருக்கும்
ராத்திரி நேர நிலா வெளிச்சம்...
புற்றுகளும் படம் எடுக்கும் சர்ப்பத்தின் சத்தங்களும்
நினைவின் கீற்றில் நாயனம் வாசிக்கும்...
மகுடிகளின் ஓசை
பாம்பாட்டிச் சித்தனை வரைந்துகொண்டிருக்கும்...
புன்னாகவராளி படுத்துறங்கியபடி
மோட்டுவளை பார்க்கலாம்
ஆகாயம் திட்டுத்திட்டாய் உள்
நுழைந்துகொண்டிருக்கும்...
பாம்பாட்டிச் சித்தனின் ஏதோ ஒரு பாம்பு
என்னையும் கொத்த ஆரம்பிக்கலாம்
ஒரு ஆகச்சிறந்த தீண்டலுக்கு
காத்திருக்கிறது என் தனிமை...

அரிவாள்மனை, கத்தி,
கத்தரிக்கோல் இவைகளுடன்
நெருப்புப் பொறி பறக்க சாணைபிடிக்கும் செல்வராஜ்
மாதம் இருமுறை வந்துபோவார் எங்கள் வீதிக்கு...
சைக்கிள் வீல் பெடல் செய்ய
சுற்ற ஆரம்பிக்கும் ராட்டினம்போல...
முனை மழுங்கிய அதன் விளிம்புகள்
இழந்த கூர்மையை திருப்பிக் கொடுக்கும்...
புகையும் சந்திரிகா பீடி,
வழியும் நெற்றி வியர்வை,
அரிவாள்மனைகளுடன் காத்திருக்கும் அம்மாக்கள்...
மொண்ணையாகி துருவேறி
பரண் தூங்கும் தளவாடங்கள்
எப்போதாவது சாணை பிடித்துக்கொள்ளும்
அப்பாக்களைப்போல...
பிடிநழுவி பதம்பார்க்கும் அதன் அத்துமீறல்
எல்லை தாண்டியதே இல்லை இதுவரை...
சாணைக்காரரின் சாயங்காலப் பொழுதுகள்
மேகம் மிதித்து நிலா பாண்டி ஆடிய நேரம்...
சாணை பிடிக்க ஆரம்பித்தாள் முருகேஸ்வரி
செல்வராஜுக்கு சம்சாரம் ஆகிப்போனதுதான்
ஆகச் சிறந்த தவறு...
சாணை தீட்டிக் கொள்கிறது
எங்கள் வீதி முருகேஸ்வரியிடம் இருந்து...
சிம்னி விளக்கில் சிறகு உலர்த்தும்...
என் பழைய பள்ளிக்கூடப் புத்தகங்கள்
செல்வராஜ் மகனின் கனவை வாசிக்கும்...

வேலாயி கிழவிக்கு
காதுகளைவிட வாய் கொஞ்சம் நீளம்.
ஊறவைத்த அவல் வாயில் கரைவதற்குள்
யார் வீட்டு அடுப்பையோ புகைய வைத்திருப்பாள்
பொசுங்க ஆரம்பித்திருக்கும் கிராமம்...
ராட்டினச் சத்தத்தில் ஊர் கிணறும்
கயிறு திரிக்கும் பஞ்சாயத்து டி.வி.யும்
வெற்றிலைக்கு சுண்ணாம்பு ஆகிப்போகும்...
பாம்படமும் பரமு தாத்தா சம்சாரமும்
மூக்கு வியர்க்கவைத்ததில்
ஆச்சர்யம் இல்லை வேலாயி கிழவிக்கு...
"போற வயசுல பொல்லாப்பைப் பாரு பெருசுக்கு"
காதுபடவே கேட்டாலும்
மாராப்பை ஒதுக்கியபடி நையாண்டி செய்வதில்
அப்படி ஒரு ஆனந்தம்.
"இவ வாய்க்கு பயந்து கிழவன் ஓடிப்போனதே
நல்லதாப் போச்சு... பொம்பளையா அவ..."
கொடிக்கால் பாய்ச்சிய அலுப்பில் பேசிப்போவாள்
புருசனோட சண்டையிட்டு
அம்மா வீடு வந்திருக்கும் அருக்காணி...
பட்டுரோசா பூக்களில்
அமர்ந்துபோகும் வண்ணத்துப்பூச்சியை
கவனிக்காத தருணத்தில்
வாய் கொப்பளிக்கிறாள் கிழவி...
அதிகபட்ச வித்தியாசமில்லை
வேலாயி கிழவிக்கும் வண்ணத்துப்பூச்சிக்கும்...

முதல் மரியாதை ராதாவை
ஞாபகப்படுத்த மாட்டாள்
நாடோடித் தென்றல் ரஞ்சிதாவை
நினைவுபடுத்திப்போவாள் செண்பகா...
பரிசலும் வாத்து மேய்த்தலும்
எப்போதாவது கெண்டை மீன்களோடு
ஊர்களில் உலாவுவதும்
உச்சிவேளையில் குச்சி ஐஸாகவும்
அப்பத்தா சொல்வதுபோல்
வெடைக்கு வேறு வேலை இல்லை...
மூங்கில் கூடை பின்னும் லாவகம்
துடுப்புப் போடும்போது இன்னும் நேரத்தியாகிவிடும்.
சுழலில் சிக்க நேர்கையில்
தெளிவாகச் சிக்கெடுக்கும் அவள் சமயோசிதம்...
அக்கறையுடன் பயணிக்கும்
ஆற்றின் கரையெங்கும் நாணல்களாய்
வளரத் தொடங்கி இருக்கும் அவளின் காதல்...
சீண்டிப்போகும் மைனர்களின் பார்வை
அவளைப் பொறுத்தவரை போரடித்திருக்கலாம்...
காடா விளக்கொளியில் பீடி பற்றவைக்கும்
சாராய நெடி வீசும் தகப்பனுக்கும்
கால் உரசிப்போகும் அட்டைப்பூச்சிக்கும்
அதிகபட்ச வித்தியாசமில்லை அவளுக்கு.
என்னைப்போல் யாரோ ஒருவன்
எழுதும் கவிதைகளை
எந்த செண்பகாக்களும் படித்ததில்லை நேற்று வரை
இருந்தும் எழுதிக்கொண்டுதான் செல்கிறது காலம்...
பரிசல்களை பக்கத்தில் வைத்துக்கொண்டு
நதிகளை தூரத்தில் பார்த்துக்கொண்டு...

மழை சொட்டுச் சொட்டாய்
பெய்துகொண்டிருந்த ஒரு சாயந்திரம்.
அரிசி, வேர்க்கடலை. இத்துடன்
கொஞ்சம் ஈசலும் கலந்து அம்மா
வறுத்துக்கொண்டிருப்பாள்
மசாலா வாசம் காற்றை நிரப்பும்...
ஈசல் பிடிப்பதில் கெட்டிக்காரி அவள்
குழல்விளக்கில் எண்ணெய்க் காகிதத்தில்
சிக்கிக்கொள்ளும் ஈசல்களைவிட
நிலா வெளிச்சத்தில் சாக்குப்பையில்
தஞ்சமடையும் ஈசல்களே அதிகம்.
லாந்தர் விளக்கும் கொத்தாகப் பறிக்கும் லாவகமும்
ஈசல்காரியின் அடையாளங்கள்...
மீன்பிடித்தலைப்போல்
சுலபமானதில்லை ஈசல் வேட்டை.
அப்பாவின் சட்டை அரக்குக் கலர் பாவாடை
கோடாலிக்கொண்டை முனை கிழிந்த சாக்குப் பை...
முற்றத்தில் அமரும் ஈசல்காரிக்கு
அம்மா கருவாட்டு குழம்பும் அவித்த முட்டையும்
பிரியமாய் கொடுப்பதுண்டு...
இறக்கை பிய்ந்து பறக்க எத்தனிக்கும்
ஈசலாகவே தெரிவாள் எனக்கு.
தாழ்வாரம் தாண்டி குதித்தோடும் அணில்களை
பார்வை அகல பார்ப்பதுண்டு அவள்...
ஏதோ ஒரு மழை மண் வாசத்தை
கொத்தாகப் பறிக்கும்போது
ஈசல்காரியும் சட்டென்று வந்துபோகிறாள்...
கருத்த விரல்களில் மருதாணி கரைய
நனைந்திருந்தது ஆகாயம்
விட்டில்களுக்கு இனி காய்ச்சல் ஆரம்பமாகலாம்...

பட்டாளத்துக்காரம்மா
இப்படித்தான் எல்லோரும் அழைப்போம்.
மிலிட்டரியில் வேலை செஞ்சிருப்பாங்களோ
கேள்விகள் கேட்டு யாரும் சங்கடப்படுத்தியதில்லை
தாசில்தாரருக்கு ஒரே பெண்
கொஞ்சம் படிப்பு, கொஞ்சம் அழகு
திமிருடன் திமிறியது வீடு...
விடுமுறையில் வந்த மிலிட்டரி சக்திவேலுக்கு
பட்டாம்பூச்சியாக தெரிந்திருக்க வேண்டும் அம்முலு.

இப்படித்தான் இரண்டொருமுறை
தாசில்தாரர் கூப்பிட்டுப் பார்த்திருக்கிறேன்.
புதுத் தாவணியும், சொக்கம்பட்டி சந்தை
ஜடை குஞ்சலமும், ஊதா ரிப்பனுமாக
பனங்காய் குடுக்கையில் வண்டி ஓட்டியது காதல்...
செம்மண் புழுதி கிளப்பியபடி வரும்
ஸ்ரீ வெங்கடேஸ்வராவும்
முனியாண்டி விலாஸ் கொத்துபரோட்டாவும்
அணில் தாவி குதிக்கும் புங்கமரத்து
உடைந்த சிமெண்ட் பெஞ்சுமாக நின்றுபோனது.
காதலை அர்த்தப்படுத்தியது
அந்த ராணுவ மரியாதை...
நாலுமணி பாசஞ்சரில் வந்துசேர்ந்தது சீருடைகள்.
எட்டு மாதம் நிரம்பிய வயிற்றில்
உதைக்க ஆரம்பித்தது நிகழ்காலத்தின் வலி.
சுவருக்கு வெள்ளையடித்தும்
காலண்டர்கள் மாற்றியும்
புகைப்படத்திற்கு ஊதுபத்தி ஏற்றியும்
நரைவாங்கி தலையில் கிடத்தியும்
ஓடிவிட்டது காலம்.
அம்முலுவை ஓடையில் விட்டுவிட்டு
முங்கி எழுந்துவிட்டாள் பட்டாளத்துக்காரம்மா...
ஈரம் சொட்டச் சொட்ட
தனிமையின் புழுக்கத்தில்
மூச்சு வாங்கியது அந்த மச்சுவீடு.

●

வாடகை சைக்கிள் அறிமுகமான நேரம்
காற்றடிக்க பஞ்சர் ஓட்ட
வீல் பெண்டெடுக்க
நிரம்பி வழிந்தது வாடிக்கையாளர் கூட்டம்.
அரைக்கால் நிஜாரும் முண்டா பனியனும்
சொக்கு அண்ணனை தனித்துக் காட்டும்.
கிட்டிப்புள் விளையாடும்
அந்த மைதானத்தில்தான்
நான் சைக்கிள் பழக ஆரம்பித்தது.
டைனமோ சுற்ற விளக்கெரியும்
சைக்கிளைப் பார்த்ததும் அங்குதான்...
பத்து மைல் சைக்கிள் மிதித்து
பள்ளிக்கூடம் போனதும்
இரண்டாம் ஆட்டம் பார்க்க ட்ரிபிள்ஸ் போனதும்
முன்பக்கம் அவளுடன் செம்பனார்கோவிலுக்கு
ஒரு விடுமுறை நாளில் பயணித்ததும்
நெல் மூட்டை சுமந்துகொண்டு
பக்கத்தூர் அரிசி மில்லுக்குப் போய்வந்ததும்
சொக்கு அண்ணனின் உபயம் இல்லாமல் வேறேது...
அரை நாள் வாடகை
மாத வாடகையாய் ஆகிப்போனதில்
கல்லா நிரம்பியதோ இல்லையோ
சொக்கு அண்ணனின் கனவு நிரம்பியது.
ஒற்றை ஊரில் ஒற்றை சைக்கிள் கடை
பண்ணை வீட்டில் இருந்து வரும் புல்லட் சத்தம்
சைக்கிள் பெல் சத்தத்தில்
காணாமல்போன காலங்கள் உண்டு.
ஊரில் இப்போது எல்லோரிடமும்
பைக்குகள் இருக்க
இன்னும் பஞ்சர் ஒட்டிக்கொண்டுதான் இருக்கிறார்
சொக்கு அண்ணன்.
கிழிந்த வாழ்க்கையில்
கிழியாத ஞாபகங்களுடன்...

நடேசன் சித்தாப்பாவுக்கு
இன்னும் கல்யாணம் ஆகல.
அக்காவின் கல்யாணத்திற்கு முதல் பத்திரிகை
அவருக்குத்தான் கொடுத்தார் அப்பா.
கருப்பசாமிக்கு நேர்ந்துவிட்ட
கொண்டைச் சேவலும்
ஆட்டுக்கிடாயை பராமரிப்பதுமாகவே
கிடை தேடி கழிந்தது அவர் பொழுதுகள்...
அரசமரத்து நிழலும்
ஆலமரத்து விழுதுமாக அவர் வாழ்க்கை...
கருவக்காட்டில் பொட்டல் வெயிலாக
அவர் அலைவதாகத் தோன்றும் எனக்கு...
அம்மாவை அண்ணி என்று அழைத்துப்
பார்த்ததில்லை நான்
ஆத்தா என்றே தளும்பியது வார்த்தைகள்...
ஊரில் பெண் கொடுக்கத் தயாராக இருந்தும்
கல்யாணம் வேண்டாம் என்பதில் என்ன
பிடிவாதமோ...
ஆளுக்கு ஒரு காரணம்
சுலபமாய்க் கிடைத்திருந்தும்
எந்தக் காரணத்திலும் சிக்காமல் சுழன்றது
சித்தப்பாவின் வாலிப நதி.
வீட்டைச் சுற்றிவரும் ஒரு வெட்டுக்கிளியாக
அவரின் இருப்பு...
காதல் கல்யாணம் உறவுகளைத் தாண்டி
விரிந்திருந்தது அவர் ஆகாயம்
உதிரும் சிறகாக துளிர்த்துக் கொண்டிருந்தோம்
நாங்கள்...
அரைக்கால் நிஜாரும்
டி-- சர்ட்டுமாகவே ஆகிப்போனது அவரின்
அடையாளம்.
நடேசன் சித்தப்பாவைப் போல
சித்திகளும் இருக்கலாம் எங்காவது ஓரிடத்தில்
ஏதோ ஒரு உறவில் ஏதோ ஒரு நிழலில்...

போட்டோக்காரர்
ஸ்டுடியோக்கார தம்பி
இப்படி அழைத்தே சொந்தப் பேரே
மறந்திருக்கும் சுப்புராஜுக்கு...
பாஸ்போர்ட் சைஸ் புகைப்படத்தில் இருந்து
கல்யாணம் கருமாதி வரை
சுப்புராஜ் இல்லாமல் நகராது சம்பவங்கள்...
கருப்பு வெள்ளையில்
எண்ணெய் வடிந்த தலையும்
பவுடர் பூசிய முகமுமாக
அசட்டுப் புன்னகை இதழில் துளிர்க்க
இன்னும் பத்திரமாய் கிடக்கிறது அந்தப் புகைப்படம்.

கல்யாணப் புகைப்படத்தில் காணாமல்போன
உறவுகளும்
பள்ளிக்கூட ஆண்டு புகைப்படத்தில்
புதைந்துபோன தோழமைகளையும்
புதுப்பித்துத் தரும் அவரின் தொழில்நுட்பம்
அப்போது கொஞ்சம் ஆச்சர்யம் கலந்த அதிசயமாகும்.
கேமராக்களில் பதிவாகும் புகைப்படங்களில்
நின்று புரட்ட வேண்டியிருக்கிறது வாழ்க்கையை...
போட்டோ எடுத்தால் ஆயுசு குறையுமாம்.
அப்பத்தாவின் அந்திமத்தில்
அதிகப் புகைப்படங்கள் எடுத்தது சுப்புராஜ்தான்.
கதைசொல்லும் நினைவுகளில்
தனக்கான புகைப்படங்களை எடுத்துக்கொண்டது
ஒன்றோ இரண்டோ...
இப்போதெல்லாம் செல்ஃபீகளால்
நிரம்பிவழிகிறது நினைவுகள்...
போலீஸ் கேமராவில்
பதிவான சுப்புராஜ்
ஸ்டுடியோவிற்குள் சுருக்கிட்டுக்கொண்டது ஏன்
கேள்வியை மட்டும் விதைத்துச் சென்றதை
மறந்திருக்கும் எல்லோரையும்போல்
என்னால் இருக்கமுடியாது...
போக்கஸ் லைட்டில்
மங்கலாக வருகிறது ஞாபகம்.

வேலிகாத்தான் முள்வேலியை
திறக்கும் காற்றில்
டிசம்பர் பூக்களின் வாசம்...
புகையும் சூளையின் நெருப்பு
குழைந்த மண்ணை
குறும்பாக பார்க்கச் சொல்லும்...
கார்த்திகை மாத அகல் விளக்கோ
மண் பானையோ அல்லது பருப்புச் சட்டியோ
பொன்னுசாமி ஐயாவின் வீட்டில்தான்...
மண் குழைத்து சக்கரம் சுற்றி
வனைந்து காயவைத்து செம்மண் பூசி
சுடுவதுமாக பொழுதுகளை அடுக்குவோம்...
அக்கி போட்டபோது அவரிடம்தான் அம்மா
அழைத்துப் போனாள்.
பொம்மைகளையும் செய்வார் பொன்னுசாமி
'கொச மூட்டு பொண்ணு' இப்படித்தான்
செங்கமலத்தை அழைப்பார் அப்பா...
மகள் கல்யாண வயதைத் தாண்டியும்
வரன் தேடும் ஏக்கத்தில் கைகள்
சக்கரம் சுற்ற ஆரம்பிக்கும்...
நடுவில் வைத்த மண்ணாக
வனைய தயாராகும் பொழுதுகளில்
தென்படவே இல்லை இதுவரை அவரது வாழ்க்கை...

புளியம்பூக்களின் சிதறலைப்போல
பூச்சாண்டிகளும் பூச்சாண்டி நினைவுகளுமாகவே
நிரம்பிவழிகிறது என் ஞாபகக் குளம்.
சிங்கம்புணரி அத்தை வீட்டுக்குப்
போகும்போதெல்லாம் பார்த்திருக்கிறேன்...
சாப்பிட அடம்பிடிக்கும் குழந்தைபோல்
தனக்குள் சிரித்தபடி கடந்துபோகும்
ஒரு நதிபோலத்தான் தெரிவார் அவர்...
பூச்சாண்டி மாமா என்று
அழைத்ததில் அதிகம் கண் கலங்கியது
அவராகத்தான் இருக்க முடியும்...
பெயர் தொலைத்த மனிதரின்
ஆகச்சிறந்த சோகம் அது என்று
அப்போது தெரியாது எனக்கு...
பழைய சோறு எப்போதாவது மீந்துபோன இட்லி
கெட்டுப்போக காத்திருக்கும் குழம்பு
போதுமானதாக இருந்திருக்கிறது அவருக்கு...
ஏதோ ஒரு கர்வம் நெம்பித்தள்ள
துச்சமாய் வீடுகளின்மேல் பார்வையை
துப்பிச் செல்வார்...
பூச்சாண்டிகளின் பூர்வீகம் குறித்த
எந்தக் குறிப்பும் யாரிடமும் இருப்பதில்லை.
பூச்சாண்டிகள் இல்லாத உலகத்தில்
அம்மாக்களின் நிலைமை பாவம்...
ஒவ்வொரு ஊரிலும் ஒரு பூச்சாண்டி
இருந்திருக்கலாம் கண்ணீரைத் துடைத்தபடி
நாம் கவனிக்காத நேரங்களில்...

தவணையில் வீட்டுக்கு வந்தது
அந்த ரேடியோ பெட்டி.
பண்பலைகள் பழக்கப்படாத காலம்...
தேன்கிண்ணமும் வண்ணச்சுடரும்
இலங்கை வர்த்தக ஒலிபரப்பும்
கயிற்றுக் கட்டிலில் படுத்திருக்கும் தாத்தாவும்
அரிசியில் கல் பொறுக்கும் பாட்டியும்
அலைவரிசையில் வந்துபோகிறார்கள் இசைத்தட்டாக...
நேயர் கடிதங்களில் பெயர் கேட்டு
எப்போதாவது வானொலி நிலையம் கடக்கிறபோது
சிலிர்க்க ஆரம்பிக்கும் மனதுமாக நான்...
உள்ளிருந்து யாரோ பேசுவதாக
அப்பா சொல்ல நம்பி இருக்கிறேன்.
குள்ளமனிதர்களைக் குனிந்து தேடிய
ஒரு பொற்கால பகலை
செதுக்க ஆரம்பிக்கிறது என் இரவுகள்...
காயவைத்த பேட்டரி கட்டைகளுடன்
உலர்ந்து கொண்டிருக்கும்
அக்காவின் தனிமைகளை
நிரப்பிய கர்வத்தில் பாட ஆரம்பித்திருக்கலாம்
எங்கள் வீட்டு ரேடியோ.
மாமாவை பள்ளத்தூர்க்காரிக்கு
தாரைவார்த்துவிட்டு
வாழாவெட்டியாய் வீட்டுக்கு வந்தவளுக்கு
ஒரு நல்ல ரேடியோவாவது
வாங்கித் தந்திருக்கலாம் அப்பா...
அக்காவின் ஒலிபரப்புகள்
இப்போதுதான் புரிகிறது.

●

பெரப்பங்கூடையில் வைத்த
தயிர் பானை
நிரம்பி வழியும் ஆசைகள்
முந்தாணை சும்மாடு
முகம் துடைக்கும் அலமேலு அக்கா
இப்படியாக தான் என் காலை பொழுதுகள்...
பழைய சோறு
மோர் மிளகாய், வெங்காயம்
இத்துடன் ஓட்டாஞ்சில்லில்
அளந்து தரும் தயிர்
பசி ஆற்றிக்கொள்ளும்
என் பள்ளிக்கூட ஞாபகம் ...
வாழாவெட்டியாய் தங்கிப்போன
சித்தியுடன் தான் அலமேலுவின் தனிமைகள்
புறாக்களாகி தானியம் கொத்தும் ...
மஞ்சகாமாலைக்கு
வாரி கொடுத்த பிறகு
தினந்தோறும் மாட்டுக்கு பிண்ணாக்கு வைப்பதும்
கணவன் புகைப்படத்திற்கு
பூத்தொடுப்பதுமாய் பொழுதுகள்
பொட்டல் காட்டில் மூச்சு வாங்கும் ..
மஞ்சக்காணி நிலமும்
பொறை மோருமாக தேங்கிவிட்டது வாழ்க்கை...
அலமேலுவின் வருகை
எங்கள் வீதியில் எப்போதாவது
நெய் வாசத்தை ஞாபகப்படுத்தும்
தயிர்க்காரி என்று கூப்பிட்டதில்லை யாரும்...
உடைபடும் பானைகள் நினைக்க வைக்கின்றன
அலமேலு அக்காக்களை...
பாக்கெட் தயிரும், யோகர்டுமாக
விற்பனையாகும் கடைகளில்
பார்க்க முடிவதில்லை ஓட்டாஞ்சில்லுகள்...

ராட்டினக்காரர்
என்றுதான் அழைப்போம்...
சுற்று வட்டாரங்களுக்கு
ராட்டினங்களை வாடகைக்கு விடுவதில்
சுற்ற ஆரம்பிக்கும் அவர் தொழில்...
ஊஞ்சல் குதிரை விமானம்
இப்படி அடிக்கடி வடிவம் மாறும்...
குடைராட்டினமும் ரங்கராட்டினமும்
திருவிழாக்களை திமிரவைக்கும்...
ராட்டினங்களுக்கு வண்ணம் பூசி
உடைந்த பாகங்களைச் சரிசெய்து
சக்கரங்களுக்கு எண்ணெய்விட்டு
கிரீச்சிட்ட அவர் பொழுதுகள் மௌனமாகும்...
ராட்டினம் சுற்றும் உள்ளங்கையில்
தழும்புகளாகி இருந்தது அவரது வாழ்க்கை...
மனைவியும் குழந்தைகளுமாக
குடும்பமே ராட்டினம் சுற்றிப் பார்த்திருக்கிறேன்...
குடை சாயும் என்று தெரிந்தே
ஊருக்கு ஒதுக்குப்புறமாய்
குப்புறக் கவிழ்ந்தது ஒவ்வொரு மாலையும்...
ராட்டின பயம் இன்னும் மனதிற்குள்
கல்லெறிந்து போக சுழல ஆரம்பிக்கிறது
ராட்டினக்காரர் நினைவு.
பனை ஓலை வேய்ந்த வீட்டுக்குள்
யாரும் பார்க்காத வேளையில்
பதுங்கிக் கிடந்தது
ராட்டினத்தில் அமர்ந்திருந்த ஒரு பூனை...

“வளரும் பையன் கொஞ்சம் விட்டுத் தைங்க!”
இப்படியாகத்தான் தைக்கப்படும் என் உடைகள்
பள்ளிச் சீருடையில் இருந்து
பண்டிகைத் துணி வரை.
மாரிமுத்து டைலர் கடைதான்
எங்கள் ஊரின் பிரதான அடையாளம்.
அம்மாவிற்கு ஜாக்கெட்டாகட்டும்
அப்பாவிற்கு பட்டாபட்டி டிரௌசராகட்டும்
கைக்குட்டை முதல் முந்தானை ஓரம் அடிப்பதுவரை
எல்லாம் அவர்தான்.
அந்தக் கால நாகேஷையும் சந்திரபாபுவையும் கலந்த கலவை.
கொஞ்சம் மழை கொஞ்சம் பட்டாசு
எல்லாம் நமத்துப்போய் சீசுக்காய் எரிச்சலுடன்
காஜா கட்டும் கால்ச்சட்டையை
பார்த்துக்கொண்டு நிற்பேன் ஒவ்வொருமுறையும்.
எல்லா பண்டிகையும் இப்படித்தான்
முன்கூட்டி கொடுக்கும் பழக்கம் இல்லை
இருந்தும் கூட்டம் நிரம்பி வழியும்...
உஷா தையல் மிஷினில்
அவர் கால் மிதிக்க ஆரம்பித்தால்போதும்
கத்தரிக்கோலில் துணி தானாகக் கிழிபடும்.
லுங்கியும் முண்டா பனியனுமாகவே
வலம்வரும் மாரிமுத்து புதுத்துணி போட்டு
அதிகம் பார்த்ததில்லை நாங்கள்...
“ஊருக்கே துணி தைக்கிறார்
உனக்கு ஒரு கால்சட்டை தைக்கமாட்டாரா”
தபால் பெட்டியுடன் வரும் அவர் மகனை
கேள்விகளால் துளைத்தெடுக்கும் எங்கள் பள்ளி...
மாரிமுத்து பிற்பாடு ஜாக்கெட்டில்
ஜன்னல் வைக்கவும் கற்றுக் கொண்டதாக கேள்வி...

தீபாவளி, பொங்கல்,
அறுவடைக்கு அடுத்த நாள்
பின் கேரியரில் வைத்த துணிமூட்டை சகிதம்
கழுத்தில் மடித்துவைத்த கைக்குட்டையுடன்
வெயில் பிடித்து வருவார் கோவிந்தசாமி...
வேப்பமர நிழல் உதிர்த்த இடத்தில்
ஹெர்குலீஸை நிறுத்துவார்...
துணிக்காரர் வந்துவிட்டால்
அந்த மதியப் பொழுதில் ஊரை
நிரப்பிவிடும் எங்கள் வராண்டா.

எதிர்வீட்டு அத்தைக்காரி
பக்கத்துவீட்டு சின்னாளபட்டிக்காரி
பெண்கள் கூட்டத்துடன் சிலநேரம்
நண்டு சிண்டுகளுடன் ஆண்களும்...
மயில்கழுத்து நிறத்தில் சேலைகளும்
டு பை டு ஜாக்கெட் பிட்டுகளுமாய்
ஜோராக விற்பனையாகும்...
மதுரை சுங்கிடிக்கும் அன்னக்கிளி சேலைக்கும்
ஏக டிமாண்ட் அப்போது...
சிங்கப்பூர் லுங்கியும் சைனா சட்டையுமாக
அடுத்த பண்டிகை வரை
புதுத்துணியின் மகிழ்ச்சியில்
பட்டாசு கொளுத்திக்கொள்வோம்.
வெள்ளாமை பொய்த்த நேரங்களில்
தம்பிக்கும் எனக்கும் துணி எடுக்கும் அப்பாவை
கட்டாயப்படுத்தி அம்மாவிற்கும் அவருக்கும்
எடுக்கவைப்பார் கோவிந்தசாமி...
ஒரு நாள் அப்பா செவலைக்காளையுடன்
செத்துப்போனார்....
நீண்டநேரம் மௌனமாக இருந்து
புகைப்படம் பார்த்து கண்ணீர் விட்டு சென்ற
கோவிந்தசாமிக்கு நிறைய தரவேண்டி இருந்தது
நாங்கள்...
அவர் கேட்கவும் இல்லை நாங்கள் தரவும் இல்லை...
குளிரூட்டப்பட்ட துணிக்கடைக்குள்
இப்போதெல்லாம் கடன் அட்டைகளுடன்
பயணிக்க முடிகிறது என்னால்...
ஆனால் பார்க்கத்தான் முடிவதில்லை
கோவிந்தசாமிகளை...

ஆடுபுலியாட்டம்

ஊர் பஞ்சாயத்து
ராத்திரி நேரங்களில்
காடா விளக்கு வெளிச்சத்தில் நடக்கும் ஏலம்
பால் ஐஸ், சேமியா, குச்சி ஐஸ்களுடன்
கொடுக்காப்புளி வியாபாரம் என
அந்த ஆலமரம் எங்கள் ஊருக்கு
மிகப்பெரிய அடையாளம்.
எதிரில் தான் செல்லையாவின் டீக்கடை
டவுன் பஸ் நின்று செல்லும் இடம் என்பதால்
தேநீர் கடையில் கூடுதலாக
மசால்வடை வியாபாரமும் சூடுபிடிக்கும்...
வேலாயி கிழவியின் மகள் வயிற்றுப் பேரனும்
விருமாண்டி தாத்தாவின் மகன் வயிற்றுப் பேத்தியும்
ஒரே முந்தாணையில் தூக்கிட்டுக் கொண்டது
நிகழ்ந்து ஒரு மாமாங்கம் ஓடிவிட்டது.
கௌரவக் கொலையை
சத்தமில்லாமல் நிகழ்த்தி இருந்தது அந்த இடம்...
ஆலமரம் இருந்த இடம் இப்போது
அடுக்குமாடிக் குடியிருப்பாக...
தென்னை ஓலைவேய்ந்த செல்லையாவின்
டீக்கடையில்
தயிர் சாதம், தக்காளி சாதம் விலைப்பட்டியலுடன்
இன்னும் கண்சிமிட்டுகின்றன சுவர்கள்...
வியர்வை துடைத்தபடி
பரோட்டாவுக்கு மாவு பிசைகிறார் செல்லையா
எதிரில் ஆலமரம் இருந்த இடத்தைப் பார்த்தபடி...
காற்றில் ஒலிக்கவே செய்கிறது இன்னும்
நிறைவேறாத காதலின் விசும்பல்...

●

பிசிறு தட்டும் குரலில்தான்
பாட ஆரம்பிப்பார் அய்யாவு.
தமிழும் தெலுங்கும் கலந்து
புகையிலை வாசத்துடன் பயணிக்கும்
அவரது காலைப் பொழுதுகள்...
அரிசியோ சில்லறையோ
விழாமல் இருந்ததில்லை நேற்றுவரை...
கிளாரினெட்டில் அவர் இசைக்க ஆரம்பித்தால்
ஷேக் சின்னமௌலானா வந்துபோவார்.
காப்பு காய்த்த விரல்கள்
துளைகள் மூடித் திறக்கும்போது
உதடுகள் கடந்து, வழிய ஆரம்பிக்கும் இதயம்...
அரைவயிறு கால்வயிறு முக்கால் வயிறுமாகவே
நகர்ந்துபோனதுண்டு நாட்கள்...
எப்போதாவது தியேட்டர் வாசலில்
படம்பார்க்க போகும் சம்பவங்களும் நிகழும்...
ஊருக்கு ஒதுக்குப்புறத்தில்
டெண்டுக்குள் குப்புறக் கிடந்தது அவரது வாழ்க்கை.
ஒருநாள் மாடு இல்லாத அய்யாவு
திசைகளில் திரிந்தார் ஒற்றை இசையுடன்.
யாரும் கேட்டதே இல்லை
பூம்பூம் மாடு என்ன ஆனது என்று...
இப்போதெல்லாம் நகர வீதிகளில்
தென்படுவதே இல்லை பூம்பூம்மாடுகள்...
பூம்பூம் மாடும் சாமக்கோடாங்கியும்
கடந்துவந்த வாழ்வில்
யாரும் வைக்க மறப்பதில்லை
இன்றுவரை வாசலில் பூசணிப் பூ

கீறல் விழுந்த இசைத்தட்டாகவே சுழல்கிறது
ரங்கநாயகி மாமியின் வாழ்க்கை.
விவித்பாரதியின் தேன்கிண்ணம்போல்
இன்னும் மிதந்துகொண்டுதான் இருக்கிறது காற்றில்
நேயர் விருப்பத்தின் பெயர்களை வாசித்தபடி...
வேப்பம்பழங்கள் இனிக்கும் காலத்திலும்
மாமி வீட்டு புளியம்பழங்கள் புளிக்கவே செய்தது...
திருகாணி தொலைத்த கால்கொலுசாய்
தேட ஆரம்பிக்கும் மாமியின் கனவு...
வாசல் தொடும் மாமாவின் நிழல்
கொல்லைப்புற படல் திறக்கவைக்கும்...
மொட்டைமாடி மிளகாய் வத்தலாக
காய்ந்துகொண்டிருக்கும் அவளின் தாம்பத்யம்.
பத்திரிகை தொடர்கதைகள்கூட
மாமாவின் தலைப்புச் செய்திகளுக்கு பிறகே.
இசையை இசைக்கத் தெரிந்தவள்
கல்யாணத்திற்குப் பிறகு
அடுப்பூதும் புல்லாங்குழலாகிப் போனாள்...
பெரியவள் அமெரிக்காவிலும் சின்னவன் கனடாவிலும்
என்னதான் வசித்தாலும்
மாமாவிற்கு தலைப்புச் செய்திகளை
வாசித்துக்காட்டுவதில் அவளுக்கு அலாதிப் பிரியம்.
ரங்கநாயகி சந்தோஷமாகத்தான் இருக்கிறாள்
என்பதாக கர்வப்படும் மாமாவிற்கு
தெரிந்திருக்க வாய்ப்பில்லை
தனக்கும் சேர்த்து அவள் சுவாசிக்கிறாள் என்று...

⬢

அன்னம்மா அத்தைக்கு
கிளின்னா ரொம்பப் பிடிக்கும்.
மாமா எங்கிருந்தோ ஒரு
பச்சைக்கிளியை கொண்டுவந்தார்.
அன்னம்மா அத்தையும் நானும்
கோவைப்பழங்கள் கொடுத்தே
கிளிக்கு சொந்தமாகிப்போனோம்.
வரிசையாய் தீப்பெட்டிகளை
அடுக்கியதுபோல் இருக்கும் எங்கள் வீடு...
பூனைகள் குதித்து ஓடும் சுவர்களில்
யாரும் அடுத்த வீட்டிற்குள் குதித்ததில்லை அத்துமீறி.
கிளி வந்தபிறகு ஒற்றைக் கூரைக்குள்
பறக்க ஆரம்பித்தது எங்கள் பால்யம்...
என் வயதொத்த எல்லோருக்கும்
அன்னம்மா அத்தைதான் வயது முதிர்ந்த தோழி...
தலையில் முளைக்கும் வெள்ளை முடிகளை
ஆட்காட்டி விரலில் சுருட்டிப் பிடுங்குவதில்
அதிக தேன்மிட்டாய்கள் பரிசாய்க் கொடுப்பாள்...
ஸ்டுடியோக்காரர் பையன் கமலக்கண்ணன் மட்டும்
பூனை வளர்க்காமல் இருந்திருக்க வேண்டும்...
உறவை ஊட்டி வளர்த்த காம்பவுண்டில்
திரிகிறது நேற்றைக்கு முந்தைய ஞாபகங்கள்...
மருமகனே!
இப்படித்தான் அழைப்பாள்...
காலம் எங்களை திசைகளில்
சிதறவிட்டதில் நான் நெல்லிக்காயாகிப் போனேன்...
அன்னம்மா அத்தை இப்போது
பூனை வளர்ப்பதாய்க் கேள்வி...
அநேகமாக கமலக்கண்ணன் மகளுக்கு
கிளி வளர்க்க ஆசை பிறந்திருக்கலாம்...

நீலவேணியின் வயதுதான் இருக்கும்
வேதா அக்காவிற்கு...
மஞ்சள் பூ சகிதம் செல்லும் வேணியை
ஒவ்வொரு காலைவேளையும்
ஏக்கமாய்ப் பார்ப்பதே வேலையாய்ப் போனது.
தெருவில் இறங்கி அவள் நடக்க ஆரம்பிப்பாள்
வீட்டுக் கோலத்தை தொட்டுச் செல்லாமல்
நகராது புடவை முந்தானை.
கோவில் குளக்கரை, வீட்டு புழக்கடை
செவ்வரளிப்பூக்கள் பூக்கும் சிவன்கோவில் மதில்சுவர்
அவள் புழங்க ஆரம்பித்த இடங்கள்
வேதா அக்காவைப்போல் புழுக்கமாய்...
எப்போதாவது கூந்தல் தொட்டுப் பார்த்து
கதறிய கதறலில் பூத்தொடுக்கும் விரல்களை
கழுவ ஆரம்பிக்கும் கண்ணீர்...
அப்பா ஆயிரம் விளக்கம் சொல்வார்.
அம்மா சமையல்கட்டுக்குள்
பொங்கிக் கொண்டிருப்பாள்.
வேதா அக்கா கொஞ்சம் கொஞ்சமாக
பழகிக் கொண்டாள்...
பால்யத்தில் நடந்துமுடிந்த விவாகமும்
நினைவில் மட்டுமே இருக்கும் சோகமும்...
நகரத்தில் இப்போதெல்லாம்
வேதா அக்காவைப்போல யாரேனும் எதிர்ப்படும்
தருணங்களில்
கதவடைப்பதில்லை யாரும்...

நீச்சல்னா அப்பாவுக்கு பயம்.
அப்பாவின் பயத்தில்
நீச்சலும் ஒன்றாக இருந்ததை பிற்பாடுதான்
அறிந்துகொண்டேன்.
துரைக்கண்ணு சித்தப்பா மட்டும்
இல்லாதிருந்தால் நானும்
அப்பாவைப்போலத்தான் இருந்திருப்பேன்.
இரண்டு கைகளுக்கு நடுவில்
அவரின் வேட்டி முனை பிடித்தலில்
அய்யனார் குளம் நாட்டாமை கிணறு
இருவாட்சி ஆறு
இப்படி நீந்த வைத்து கைகள் தட்டுவார்
உள்நீச்சலும் வெளிநீச்சலும்
அத்துப்படியானது எனக்கு.
தண்ணீரைக் கண்டு பயந்து ஓடிய அப்பாவுக்கு
என் நீச்சல் ஆச்சரியப்படுத்தும்...
ஊரில் வெள்ளம் வந்த சமயம்
துரைக்கண்ணு சித்தப்பா மட்டும்
நீந்தியிருக்காவிட்டால்
கரைசேர்ந்திருக்காது ஊர்...
எங்களைக் கரைசேர்த்த அவர் கரை காணாமல்
போனார்
வெள்ளத்தோடு வெள்ளமாய்...
சித்தப்பாவின் பையனுக்கு
இப்போது தண்ணீர் என்றால் பயம்.

⬢

பழுத்த அத்திப்பழம்போல்
எங்கள் ஊர் மாயாண்டி கிழவர்...
ஊரின் நேற்றைய தலைமுறையின்
கடைசி அடையாளம் அவர்...
ரோசாப்பூ ரவிக்கைக்காரியில்
செம்பட்டையைச் சீண்டும்
ஊர் பெருசுபோல் வெளுத்த மீசையை
நடுங்கும் விரல்களால் முறுக்கிவிடுவார்.
சிட்டுக்குருவிகள் காணாமல்போன கதையை
பொக்கைவாய்ச் சிரிப்போடு சொல்லும்போது
காதோரம் சிவந்து போகும் எனக்கு...
கரும்புக் காடுகளும் சவுக்குத் தோப்புகளுமாக
அவரின் வாலிப நாட்கள்
எனக்குள் சடுகுடு ஆடியது...
சனிக்கிழமைகளில் கண்களில் எண்ணெய்கட்டி
கண்மாய்களில் நீந்துவார்...
வயக்காடுகளிலும் வரப்புகளிலும்
சிதறிக்கிடக்கும் சீயக்காய் பொடிகள்...
ஒரு முழுக்கோழியை, ஒத்த பனைமரத்துக் கள்ளை
சாப்பிட்டு வளர்த்த உடம்பு
கிழவி போனபிறகு அடங்கிப்போனதாய்
ஊர் பேசிக்கொண்டது...
கிழவரின் நரைத்த கேசம்
ஏதோ ஒன்றை அடிக்கடி சொல்லிக்கொண்டே
இருக்கும்
பெரியாத்தா கிழவியின் குறட்டைச் சத்தம்போல்...
என்னைப்போல் யாரோ ஒருவன்
மாயாண்டி கிழவரைப் பற்றி
கவிதை எழுதிக்கொண்டிருக்கலாம்
நாற்பதுகளைக் கடக்கிறபோது...

பொன்வண்டு பிடித்து
வத்திப்பெட்டிக்குள் ஒளித்துவைத்த
ரகசிய வயது தாவணி கட்டத் தொடங்கிய சமயம்
தபால்காரர் வருகையை ஆவலோடு எதிர்பார்த்து
கவிதைகளாய் எழுத ஆரம்பித்த தருணம்...
ஹவாய் செப்பல் தொங்கு மீசை
உதட்டில் உதிரும் புன்னகை
இரண்டு போக்ஸ் உடைந்த ஹெர்குலிஸ் சைக்கிள்
சகிதமாக வலம்வருவார் பொன்னுரங்கம்.
கருப்பு மை தடவி, மஞ்சள் முனைகளில் மகிழ்ச்சி துளிர்த்து
கடிதங்களுடன் கூடவே மணிஆர்டர்களுடன்.
சைக்கிள் மணி சத்தத்தில்
விழித்துக்கொள்ளும் மதியநேர உறக்கம்.
பொங்கல் இனாம்களும் தீபாவளி அன்பளிப்புமாக
கடந்துபோனது அவரது காலம்...
தபால் பெட்டிகள் துருப்பிடித்துப் போக
தபால்தலைகளில் கரையான் கூடு கட்ட ஆரம்பிக்க
ஒரு மழைக்காலத்தில் பணி ஓய்வு பெற்றுப் போனார்.
கடிதங்களுடன் பயணித்த தெருக்களில்
இப்போதெல்லாம் நிறைய கொரியர் பையன்கள்.
அமெரிக்காவில் இருக்கும் மகளின் மின்னஞ்சலை
வாசித்துக் கொண்டிருக்கிறார் பொன்னுரங்கம்.
தபால் நிலையம் கடந்துபோகையில் ஒலிக்கவே செய்கிறது
முகவரி தேடியபடி சில கடிதங்களின் விசும்பல்...

ஜாமெண்ட்ரி பாக்சில்
பாதி கடித்த நெல்லிக்காய்
முனை உடைந்த பென்சில்
அப்பா வாங்கித்தந்த ஹீரோ பேனா
இவைகளுடன்தான் பத்திரமாய் இருந்தது
ரேணுவின் பாஸ்போர்ட் சைஸ் புகைப்படம்...
கருப்பு வெள்ளையில்
பலநாட்கள் என்னிடம்
பத்திரமாய் இருந்தது அது ஒன்றுதான்.
உடைந்த வளையல் துண்டுகள்
மயிலிறகு வைத்த நோட்டுப் புத்தகம்
பென்சில் சிராய்களில் ஒளிந்துகொண்டிருக்கும்
ஐந்து பைசா பத்து பைசா...
பள்ளிக்கூட மணிச் சத்தம்.
ஏதோ ஒரு ரயிலை ஞாபகப்படுத்தும்
ரேணுவின் வருகை...
ஒரு மஞ்சள் பூவாக அவள் பூக்க ஆரம்பித்தபோது
பட்டணம் போய்விட்டோம் குடும்பத்துடன் நாங்கள்.
முதல் தோழியாக
பிள்ளையார் சுழி போட்டவள்...
ரெட்டை ஜடையும் டிசம்பர் பூவுமாக
ஒரு மார்கழிமாதம் வாசலில்
மோகமுள்ளை ஞாபகப்படுத்துவாள்...
ரேஷன் கடையில் கைக்குழந்தையுடன்
மண்ணெண்ணெய் வாங்கும்
ரேணுவை நீங்கள் பார்த்தால்
ஜானகிராமனை சமையல்கட்டுக்குள்
வாசிப்பதாய் சொல்லக் கேட்கலாம்.
அவள் இலக்கியம் இன்னும்
அரிவாள்மனைகளுடன்தான் புன்னகைக்கிறது
உத்திரத்தில் தொங்கிக்கொண்டிருக்கிறது
ஓடாத பேனில் ரேணுவின் ஞாபகம்
நூலாம்படையாக...

சிலநேரம் சீனிமிட்டாய்
பலநேரம் பஞ்சுமிட்டாய்...
எப்போதாவது பொரி உருண்டை...
மிட்டாய் தாத்தா என்றே அழைக்க ஆரம்பித்தோம்...
கோடை விடுமுறையில்
அவரது வருகை எங்களுக்கு
தென்றலாய் இனிப்பதுண்டு...
வாட்ச் மிட்டாயில் நேரம் பார்த்து
பொரி உருண்டைக்குள் கதைகள் பேசி
அந்த ஆலமரத்தடியில்
விழுதுகளாக தொங்கிக்கொண்டிருக்கும் எங்கள்
குழாம்.
பெயர்தெரியாத மனிதருக்கு
இனிப்பை ஞாபகப்படுத்தும் என் அறியாமையில்
எறும்புகள் ஊர்ந்துகொண்டிருந்தன...
மிட்டாய் தாத்தா எங்கிருந்து வருகிறார்
என்பதெல்லாம் தெரியாது
ஆனால் விடுமுறைகளில் சந்திக்க
காத்திருப்போம் நாங்கள்.
பங்குனி மாதத்தில் ஒரு நாள்
டவுன் பஸ் மோதி இறந்துபோனதாகச் சொன்னார்கள்.
எப்போதாவது ஜவ்வு மிட்டாயாக
வந்துதான் போகிறது
கத்திரிவெயிலும் கூடவே மிட்டாய் தாத்தாவும்...
புட்டிகளில் வாங்கும் இனிப்புகளில்
இருப்பதே இல்லை வியர்வையின் வாசம்

ஆரோக்கியராஜின் அப்பா
ஆப்பரேட்டராக வேலை செய்துகொண்டிருந்தார்
முருகன் டாக்கீஸில்.
அடிக்கடி படம் பார்க்கப் போவோம்
இடைவேளைகளில் முறுக்கும் தேன்மிட்டாயும்
வாங்கித்தரும் அவரின் அன்பில்
நனைந்துபோவோம் இருவரும்.
புதுப்படங்களை முதல் காட்சியிலேயே
பார்த்துவிடுவதுண்டு...
கத்திச்சண்டைகளைக் கவனித்து
காதல் காட்சிகளில் கண்கள் பொத்தி
மாயாஜாலக் காட்சிகளில் சுவாரஸ்யமாகி
கழிந்தது எங்கள் பால்யம்.
பிலிம் சுருள்களை மாற்றியும்
கார்பன்களை அடிக்கடி பொருத்தியும்
திரையரங்குக்குள்ளேயே தொலைந்துபோனது
அவரின் பெரும்பாலான நாட்கள்...
ஊர் ஜமீன்தாரருக்குச் சொந்தமானது அந்த தியேட்டர்
சினிமா கொட்டகை அந்தஸ்து என்ற
அந்தக் காலத்தில் களைகட்டியது
அவரைப்போலவே இப்போது பழசாகி...
35 எம்.எம். சினிமாஸ்கோப்பில் கண்சிமிட்ட
ஆப்பரேட்டரை அப்படியே விட்டுவிட்டு
தியேட்டர் வணிக வளாகமாகிப் போனது.
ஆரோக்கியராஜின் அப்பாவை
நேற்று அந்த மல்டிபிளெக்ஸில் பார்க்க நேர்ந்தது
ஆப்பரேட்டர் இல்லாமல் என்னமா படம் தெரியுது!...
அவர் சொல்லிக்கொண்டிருக்க,
நான் முருகன் டாக்கீஸை நினைத்துக்கொள்கிறேன்.

வருடத்திற்கு ஒருமுறை
நடந்துவிடும் அது...
சுற்றுவட்டார கிராமமும் காத்திருக்கும்...
முறுக்கு மீசையும் பீடி வாசமும்
கலந்து வெளிவரும் அய்யாசாமியை
அதிகபட்சமாய் பிடிக்காது பெண்களுக்கு...
இரண்டுவாரமாவது முகாமிடும்
அவரது யாத்திரை...
"த்தூ... இதெல்லாம் ஒரு பொழப்பா..."
காதுகளில் விழும் வார்த்தைகளை
மூக்கணாங்கயிறுகளில் துடைத்துக்கொள்வார்...
சீம்பால் வாசனையும்
திரட்டுப்பால் வைபவத்திலும்
பந்தி வைத்துக்கொள்ளும் உறவுகள்
கொண்டாட்டங்களில்
ஜல்லிக்கட்டு நிகழ்த்தும்...
பொலிகாளைபோல் அவரும் அவரது காளையும்
மஞ்சுவிரட்டாய் என்னை
துரத்திக்கொண்டுதான் இருக்கிறது...
சினைக்கு இப்போதெல்லாம் ஊர் காத்திருப்பதில்லை
பெண்கள்கூட ஓட்டிப்போகின்றனர்
கூச்சப்படாமல் மாடுகளை.
வெள்ளை கோட் சகிதம் ஊசியுடன் இருப்பவரை
பார்க்கிறபோதெல்லாம் ஏனோ
வந்து தொலைக்கிறார் அய்யாசாமி.
சினைக்கு வந்துபோன காளைகளின் தோலில்தான்
தயாராகிக் கொண்டிருக்கிறது தப்புகள்
மெல்ல ஒலிக்க ஆரம்பிக்கிறது சரியாக ஒரு தாளம்.

அப்பாவின் இடதுதோளில் அமர்ந்துகொண்டு
பக்கத்தூர் திருவிழாவிற்கு
கூத்துப் பார்க்க போனதாய் ஞாபகம்...
அடவு கட்டும் அந்த ராத்திரி
கொஞ்சம் மிரட்டவே செய்தது என்னை...
அப்பா கூத்துப் பாடல்களை
அடிக்கடி பாடக் கேட்டிருக்கிறேன்...
அரிதாரம் பூசாத எங்கள் ஊர் கூத்துக்காரரர்
அப்பாவின் பால்ய சிநேகிதர்...
இரவில் ஒற்றைக்குரலில் எல்லோரையும்
கட்டிவைக்கும் அந்த சின்னசாமி
தேய்ந்த குரலில் டீ குடித்துக் கொண்டிருப்பார்
காலையில்.
அப்போதெல்லாம் கூத்தில்லாமல்
களை கட்டுவதில்லை விழாக்கள்.
தாத்தாவின் பதினாறுக்கு
கூத்து வைத்தது எங்கள் வீடு...
"பெரியய்யா இழவுக்கு என்னோட கூத்தா..."
ஒப்பாரியில் ஊரையே அழவைத்தார் சின்னசாமி.
ரெக்கார்டு டான்சும் பிற்பாடு சினிமாவுமாக
கரையேறிக்கொண்டது எங்கள் ஊர்...
இன்னும் களத்துமேடுகளில்
ஒலித்துக்கொண்டுதான் இருக்கிறது
சலங்கையின் அதிர்வும் கூத்துப்பாட்டின் ஓசையும்
கூடவே சின்னசாமியின் ஞாபகமும்...

பருத்திக்கொட்டை புண்ணாக்கு மட்டும் இல்லை
சிலநேரம் அகத்திக்கீரை கட்டுமாக
செல்லமாகத்தான் இருந்தது எங்கள் லட்சுமி...
அம்மாவின் அதிபட்ச வெள்ளிக்கிழமைகள்
சாம்பிராணி வாசத்துடன் மணக்க ஆரம்பிக்கும்...
கடைக்குட்டி தம்பிக்கு
மாற்றாந்தாயாக லட்சுமி மாறிப்போனதில்
ஒரு சுற்று பெருத்தேவிட்டது எங்கள் வீடு அப்போது...
கல்யாண சீதனமாக
வீட்டிற்கு வந்ததில் இருந்து
உழைத்துக்கொண்டுதான் இருக்கிறது
அம்மாவைப் போல லட்சுமி.
'பால்காரம்மா' -ஊரே இப்படி அழைக்க
நாங்கள் மட்டும் லட்சுமியம்மா என்றே அழைக்க ஆரம்பித்தோம்.
பலநேரம் லட்சுமி கழுத்தை கட்டிக்கொண்டு
அம்மா அழுது பார்த்திருக்கிறேன்...
அப்பாவின் பொறுப்பற்றதனத்தில்
விற்கும்படியானது எல்லாமும்...
சீம்பால் வாசனையில்
முருங்கைக்கீரை போட்டு நெய்யுருக்கிய மணத்தில்
வந்து வந்து போகிறது லட்சுமியின் ஞாபகம்...
மூக்கணாங்கயிறு மட்டும் அக்கா வைத்திருக்கிறாள்...
உறவுகளின் சதுரங்கத்தில்
இந்தப் பொங்கலுக்கு சின்னவன் வீட்டில் அம்மா...
பவுடர் பாலில் நான் தேநீர் குடிக்க
பாட்டில் பாலில் அம்மா லட்சுமியை
தேடிக்கொண்டிருக்கிறாள்.

கொல்லப்புரத்துல
என்னப் போல நெடுநெடுன்னு
வளர்ந்திருந்தது முருங்கை மரம்.
சட சடையா காய்க்கும் காயும்
கொத்துக் கொத்தா பூத்த முருங்கைப்பூவும்
இன்னும் நிழலா செதறிக் கெடக்கு
பாழாப்போன மனசுக்குள்ள...
ஜன்னலுக்கு வெளிய
பாக்கறப்பல்லாம் குதித்து ஓடும் ஒரு அணில்
முருங்க பிசினில உட்கார்ந்து போற
ஒரு பட்டாம்பூச்சி
நாலஞ்சு கம்பளிப்பூச்சிகளோட...
மடிச்சு வெச்ச நாற்பத்தெட்டாம் பக்க
ஜெயகாந்தன் நாவலாட்டம் மந்தகாசமா சிரிக்கும்.

ஊருல இருக்கும் சித்தப்பா
அப்பத்தா வீட்டுக்கு எதிரில் இருக்கும்
தொரைக்கண்ணு மாமா
எங்க வீட்டு முருங்கைக்காய்-ன்னா
அவ்வளவு பிரியம்...
நாலு இணுக்கு கீரை
கொஞ்சம் பருப்பு போட்டு கடைஞ்சா
ரெண்டு கவளம் தூக்கலா சாப்பிடலாம்...
மாமரத்துல ஊஞ்சல்கட்டி ஆடினாலும்
அதென்னவோ முருங்க மரத்துமேல
அம்புட்டுப் பாசம்...
பர்ஸ்ட் மார்க் எடுத்தப்பவும்
பெரிய மனுஷி ஆனப்பவும்
முருங்க மரத்த கட்டிக்கினு நின்னது
இன்னும் லாந்தர் விளக்காட்டம் ஞாபகத்துல
இருக்கு...
கல்யாணம் குழந்தைனு
வேர் பிடுங்கி நட்டாச்சு என்னை...
நட்டுவச்சா தழைக்கிற முருங்கையாட்டம்
வளர ஆரம்பிச்சாச்சு
வீட்டுக்கு வரும் கடுதாசி நின்னுபோனமாதிரி
புயல் அடிச்சு விழுந்துபோனதா அம்மா சொன்னா.
பூனை இறந்ததுக்கே
ஒரு வாரம் சாப்பிடல மாமனார் வீட்டுல...
வீட்டுக்காரருக்கு கொழம்பு வைக்கணும்
நான் கீரையை ஆய ஆரம்பிக்கிறேன்
மரத்தில இருந்து தாவி ஓடுது ஒரு அணில்
அதேபோல இன்னொரு முருங்கை மரத்துல.

●

அப்பாவோட சட்டை
அளவு கொஞ்சம் பெருசுதான்
அம்மாவின் புடவை
அக்காவுக்கும் எனக்கும் தாவணியாகும்...
அக்கா வச்ச மஞ்சக்கலர் கனகாம்பரமும்
என்னோட டிசம்பர் பூவையும் சேர்த்துதான்
பூத்தொடுப்பா அம்மா...
ஒத்த ஜடையோ, ரெட்டை ஜடையோ
பூ முடிச்சு அனுப்பறதுல
அவ்வளவு ஆச அவளுக்கு...
பலநேரம் என்னோட பையில
அவளோட புஸ்தகம் கெடக்கும்...
நாமகிரி டீச்சர்கிட்ட உத்தரவு கேட்டுத்தான்
கிளாஸ் ரூம்ல கொடுத்திருக்கேன் பலநேரம்...

கலாக்காயும் பெரப்பம்பழமும்
கொடுக்காபுளியுமா எங்க பொழுதும்
அப்பப்ப வந்துபோகும்...
அக்கா பெரியமனுஷி ஆனப்புறம்
அவளை பேருசொல்லி கூப்பிட்டதில்ல...
நல்ல இடம் குதிராம கெடக்குதுன்னு
இசக்கி அம்மனுக்கு மாவிளக்கு போட்டது
இன்னும் ஞாபகத்தில இருக்குது...
ஒருவழியா கண்ணாலம் முடிச்சு
புகுந்த வீட்டுக்கு அனுப்பி வெச்சுட்டோம்...
வீட்டுல காலண்டர் மாத்தறதுக்குள்ள
திரும்பி வந்துட்டா...
அத்திப்பூத்தாற்போல எப்பவாச்சும் சிரிக்கிறவ
பூக்காம போனதால சிரிக்கறதையே மறந்துட்டா...
சின்னவளை கட்டித்தாங்கன்னு
சம்மந்தம் பேச வந்தாங்க அக்காவோட மாமியார் வீடு...
அக்காவின் மிச்சத்தை எல்லாருக்கும்
என்ன வச்சு நிரப்ப ஆசை...
என்னோட அனுமதியை யாருமே கேக்கல
அக்காவும் நிதானமா யோசிச்சுப் பாக்கல...
அக்கா போனப்புறம் எல்லாம் அப்படியே கெடக்குது
கொல்லையில பூத்த பூவ பறிக்கத்தான் ஆளு இல்ல
அக்கா இல்லாத இடம் மட்டும் வெறுமையா காயுது...

துவைத்த துணி காயப்போடும்
நைலான் கயிறு அது...
ஈரம் சொட்டச் சொட்ட
காயும் என் பள்ளிக்கூடச் சீருடை
அப்பாவின் வேட்டி
அம்மாவோட புடவை...
உலர்வதற்குள் உடுத்திக்கொள்ளும்
அவசரம் எங்கிருந்து வருமோ தெரியல...
அது நீலக்கலரா இருக்கும்
முனையில் மெழுவர்த்தி கொளுத்தி
பத்தவச்சி அப்பாதான் இழுத்துக் கட்டினார்...
ஒரு நாள் எனக்கு
ஸ்கிப்பிங் ஆட உதவும்னு நெனச்சேன்...
ரொம்ப பிடிவாதமா காத்திருந்தும்
கிடைக்காம போனதில் வருத்தம்தான்.

ஒருவேள, ஊஞ்சல் ஆடக் கேட்டிருந்தா
கொடுத்திருக்கலாம் அப்பா...
என்னவோ துணி காயப்போட்ட கயிறில்
எறும்புகள் ஊர்ந்து பார்த்திருக்கிறேன்
கொடுக்காப்புளி மரத்துக்குக் கீழ
கட்டி வச்சிருந்த கொடிக்கயிற்றில்
ரெண்டொருதரம் பட்டாம்பூச்சிகூட
உட்கார்ந்து போய் இருக்கு.
மழை நேரத்தில
வீட்டுக்குள்ள கட்டிவச்சதுதான் தப்பாப் போச்சு...
அப்பா திட்டினது தப்பா
அம்மா அவசரப்பட்டது தப்பா தெரியல...
அம்மாவின் கழுத்தை கட்டிக்கிற எனக்கு
போட்டியா அது வரும்னு
கனாக்கூட கண்டதில்ல...
நீல கொடிக்கயிறில் துணி தொங்கிப் பார்த்த கண்கள்
அம்மா தொங்கிப் பார்த்தபோதுதான்
மிரண்டுபோனது முதல்தடவை...
ஒரு துளி அம்மாவின் கழுத்து ரத்தம்
கொடிக்கயிறில் இன்னும் ஈரம் காயாமல்...
இப்போல்லாம் துணி காயப்போட
கயிறுகளைத் தேடறதில்லை நான்.

மின்சாரக் கம்பம் ஒண்ணு
நட்டு வச்சாங்க வீட்டுப்பக்கம்...
மொட்டைமாடி போய்
தொட்டுப் பார்க்கும் உசரத்துல
கம்பியொன்னு தலை தட்டும்...
அப்பப்ப வந்துபோன
மாமரத்துக் குயிலொண்ணும்
வெப்பமரத்து மைனா ஒண்ணும்
எப்.எம். ரேடியோவா கச்சேரி நடத்தும்...

மார்கழி மாசத்து
சிறகு உலர்த்தும் அதோட ஈர இசை
உசுருக்குள் தீமூட்டிப் போகும்...
லாந்தர் விளக்காட்டம்
ஒரு குண்டு பல்ப் எரியும் வீட்டுல
அதோட சிக்கிமுக்கி குரலில்
நனைந்து மூழ்கி தத்தளிப்போம் நானும் தம்பியும்...
மாசத்துல மூணு முறைதான் அப்பா வருவார்
ஊர் சுத்தும் வேலை அவருக்கு
எங்களை மேய்க்கற வேலை அம்மாவுக்கு...
வழிதெரியாம உள்நுழையும்
தட்டான்களை கணக்கெடுக்கறதும்
மொட்டைமாடி வத்தலை
களவாடும் நினைப்பில்
கம்பியில் உட்காரும் காக்காவை விரட்டறதுமா
எங்க பொழப்பும் நல்லாத்தான் போச்சு.
மின்சாரக் கம்பியில் உட்கார்ந்தது காக்கா
ரெக்கைய விரிக்கறதுக்குள்ள
சட்டுன்னு முடிஞ்சுபோச்சு எல்லாம்...
மொட்டைமாடியில் பொத்துன்னு விழுந்தது.
அன்னைக்கு மட்டும் மைனாவும் குயிலும்
ஏன் பாடவரலைன்னு புரியல எனக்கு...
அதுக்கப்புறம் வெறுமையா இருந்த
மின்சாரக் கம்பியில் ரொம்ப நாளா
காத்தாடி ஒண்ணு தொங்கிட்டே கெடந்தது...
இப்போல்லாம் அப்பா
வீட்டுலதான் கெடக்காரு
ஊர் சுற்றும் வேலைய விட்டு ரொம்ப நாளாச்சு.

◆

ராத்திரி நேரம்
புழக்கடை போகையில்
அவன்தான் எடுத்துட்டு வருவான்.
தனிமையில் லாந்தர் துணையோடு
நடக்க ஆரம்பிச்சது அப்போதான்...
கோலப்பொடி போட்டு நல்லா
துடைச்சு வெச்ச விளக்கில்
என்னை ஊற்றி எரியவைக்கிற வேலை எனக்கு...
நடுவில் வெச்சிட்டு
சுத்தி உட்கார்ந்துப்போம்...
லக்ஷ்மணசாமிகிட்ட கோனார் தமிழ் உரை
பாப்புலர் கைடோட நான்
கணக்கு புக்க வெறுமனே
பிரிச்சு வெச்சுக்கிட்டு தம்பி...

நாங்க படிக்கறதா நம்பின வீடு
கத்திக்கப்பலும் திருடன் போலீசும்
ராஜா ராணி ஆட்டத்திலும்
புள்ளிவச்சு கோலம் போடும் எங்க
பால்யகாலத்து டிராயர் நினைவுகள்...
அரிக்கேன் விளக்கின் வெளிச்சம்
சுவரில் தெரியும் சிங்கம் யானை
கை விரல்களில் ஓவியம் தீட்டும்
லக்ஷ்மணசாமியின் அசாத்திய திறமை
விட்டில்பூச்சியாய் எங்களைத் தொட்டுப் போகும்.
ஒரு மழை இரவில்
புழக்கடை போகையில்
அரவம் தீண்டி அடங்கிப்போனது
லக்ஷ்மணசாமியின் ஆவி.
லாந்தர் விளக்கின் வெளிச்சத்தில்
திருக்குறளும் நாலடியாரும்
சத்தம்போட்டுப் படிப்பதை
அமைதியாய்க் கேட்டுக்கொண்டிருந்தது
அந்த மண்சுவர்...
உதிர்ந்து விழுந்த எழுத்துக்களில்
நனைந்திருந்தது லக்ஷ்மணசாமியின் கண்ணீர்.

எங்க வீட்டுல ஒரு பூனை இருந்தது
அது பூனைதானான்னு
சந்தேகம் எனக்கு...
பால் குடிக்காது பாத்திரம் உருட்டாது
மதில்மேல தாவாது.
இருந்தும் 'மியாவ்' சத்தத்துல
அடையாளப்படுத்திட்டே இருந்தது.
அதுக்கு ரொம்ப பிடிவாதம்
புலிதான் அதுன்னு
எவ்வளவோ சொல்லிப் பார்த்தும்
நம்ப மறுத்ததில் ஒரு சின்ன ஆறுதல்...
என்னோட எல்லா இடத்திலேயும்
என் உத்தரவு இல்லாமல்
புழங்க ஆரம்பித்ததில்
என்னைவிட மத்தவங்களுக்குத்தான் அதிருப்தி...
கண் மூடிக்கொண்டு
எல்லாம் இருட்டாகிப் போனதா
கதைவிட்டதில்ல அது...
யான முடியில் மோதிரம் போட்ட
விரல்களில் இனிமே
பூனைமுடி மோதிரம் போட்டா என்ன...
சிறு வெயிலாக கதவு திறந்து உள் நுழையும்
அதன் இருப்பில் ஒளிய ஆரம்பித்தது
எலிகளின் பயம்...
ஒரு மழைக்கால மத்தியானம்
செத்துப்போச்சு எங்க பூனை.
தோட்டத்துல புதைத்து வச்சோம்...
அங்கதான் செம்பருத்தி பூக்க ஆரம்பித்தது
வெள்ளை நிறத்துல வாசல் வந்த பூனைதான்
செவப்பு நேரத்துல சிரிக்க ஆரம்பிச்சது...
இனி, பூனையைப் பார்க்க நான்தான் போகணும்...

எங்க வீட்டுல ஒரு கடிகாரம் இருந்தது
ஒவ்வொரு மணி நேரத்திலும்
டிங் டாங்குன்னு நல்லாவே சத்தம் போடும்...
பெண்டுலம்போல
அசைய ஆரம்பிக்கும் எங்க வீடு...
படுக்கைக்கு ஒரு சின்ன அலாரம்
அப்பா வாங்கியாந்து வச்சார்...
மில்லுக்குக் கிளம்ப ஆரம்பிக்கும்போது
எழுப்பிவிடத் தோதாக இருக்கும்னு அடிக்கடி
சொல்வார்.
பத்தாம் வகுப்பு போனப்பதான்
வாட்ச் கட்டவே ஆரம்பிச்சேன்.
உச்சிவேளையை சரியா சொல்லும்
விருமாண்டி தாத்தாவுக்கு
அதெப்படி நேரம் சரியா சொல்லத் தெரிஞ்சது
இன்னைக்கு வரைக்கும் புரியாத புதிர் எனக்கு...
கூடப் படிச்ச பாஸ்கர் இப்போ
வாட்ச் கடை வெச்சிருப்பதா கேள்வி...
ஒவ்வொரு கடிகாரமும்
ஒவ்வொரு கதை சொல்லும்போது
எங்க வீட்டுக் கடிகாரமும்
ஏதோ சொல்ல ஆரம்பிக்கும்...
எப்போவாச்சும் அடகுக் கடைக்கும்
பாடம் படிக்கப் போயிருக்கு
முகம் தெரியாதவங்ககூட
சிநேகமா நேரம் கேட்டுப் போன
காலம்கூட மாறிப்போச்சு...
திருவிழா நேரத்தில கட்டிக்கொண்ட
வாட்ச் மிட்டாயில் தொலைந்திருந்தது
கொஞ்சம் கெட்டநேரமும் கொஞ்சம் நல்லநேரமும்.

கூழாங்கல் போட்டு
வாய் அதக்கி பேசச் சொன்ன அப்பத்தா
தாத்தாவைத் தவிர
எல்லோரிடமும் திக்கி திக்கிதான் பேசுவாள்.
கூடுதலான உப்பைக் குறைக்க
சாம்பாரில் தண்ணீர் கலந்து
ரசம்போல மொண்டு எடுக்கும்
பெரியப்பா பரமசிவம்
கடைசிக்காலம் வரைக்கும்
ஹெர்குலிஸ் சைக்கிளில்தான்
அதிகம் ஊர் சுற்றியிருக்கிறார்...
அருவியில் விழுந்த
மலை ஒன்று உள்ளங்கையில்
கூழாங்கல்லாக என்னபோல சிரிக்கும்...
தஞ்சாவூர் தலையாட்டி பொம்மை
பனையோலை காத்தாடி
பூவரசம்பூவில் செஞ்ச பீப்பீ
சேமியா ஐஸ் நடுவுல வெச்சிருக்கும்
கருப்புக் கலர் திராட்சை
காசு வச்ச கம்மர்கட்டு
ஒரு குடம் தண்ணி ஊத்தி
ரெண்டு கூடை பூ பறிக்கும்
கடலை காட்டு விளையாட்டு...
எல்லாத்தையும் விட்டுட்டுத்தான்
இடம் மாற்றி நட்டு வைக்குது
இந்த இம்சை புடிச்ச வாழ்க்கை ...
பொன்வண்டை தீப்பெட்டிக்குள்
அடைச்சு வச்சு ரசிச்ச மனசு
சுத்தமா ரசிக்க முடியறதில்ல
பொன்வண்டா மாறிடிச்சோ நம்ம நெலமை இப்போ...

வாசல் வரும் நாய்க்குட்டிக்கு
சோறுவைக்கும் அம்மாவும்
மழைநேரம் ஜன்னல் ஒதுங்கும்
சிட்டுக்குருவிக்கு கதவு திறக்கும் அப்பாவும்
மட்டன் குழம்பு வாசம் விலக
சாம்பிராணி போடும் அப்பத்தாவும்
பவளமல்லிப் பூக்களும்
மயிலிறகு வைத்த நோட்டுப் புத்தகமுமாக
உள்ளங்கையில் மழை ஏந்தும் நானுமாக
நகர்கிறது எங்களைச் சுமந்துகொண்டு வீடு.
வேர்களை வானம் காட்டி
பூக்களை நிலத்திற்குள் மறைக்கும்
எங்கள் வீட்டுத் தோட்டத்தில் இருந்துதான்
ஆரம்பிக்கிறது குயில்களின் கூடுகள்
தரைநோக்கி பின்னப்படும் அதன்
கிளைகளில் இருந்து உதிரும் நிழல்களை
கூட்டி பெருக்கித் தள்ளுவதே வேலையாக இருக்கிறது
தற்போது.
தந்திக் கம்பங்களில் சிறகு உலர்த்தும்
மைனாக்களின் மொழி அறிந்திருந்தால்
இணைதேடி தினம் அலையும் அதற்கு
காத்திருப்புகளைத் தொடராதே என்று
சொல்லியிருக்கலாம்.
காய்ந்த இறகுகளை எறும்புகள் மொய்ப்பதை
அறிந்திருக்கவில்லை அது...
பிரிவின் வலியை உணர்த்தும்
பிறிதொன்றின் வலி நிரம்பிய பொழுதை
வலியுடன்தான் கடக்க வேண்டியிருக்கிறது
ஒவ்வொருமுறையும்...

⬢

அடம் பிடித்து கிளி ஒண்ணு
வாங்கிவந்தோம் எங்கள் வீட்டுக்கு...
கம்பிகளால் வேய்ந்த
கூண்டுக்குள் அதன் ஆகாயத்தை
நான்காக எட்டாக பதினாறாக
மடித்து வைத்தாகிவிட்டது...
பேரம்பேசி வாங்கி வந்த கிளி அது
நாக்கு உரித்தால் பேசும்
அதன் மொழியில் நான் பேசவும்
என் மொழியில் அது கதைக்கவும்
பழகிக்கொள்ள வலிகளை முன்வைக்காமல்
உரையாட ஆரம்பித்தோம்...
என் ஜன்னல்களைத் திறக்கும்
கிளியின் சிறகு பிடித்து பறக்க ஆரம்பிக்கிறேன்
என் வானம் கிளியின் கால்களில்
வளையங்களாகத் தொங்கிக்கொண்டிருந்தது...
கோவைப்பழமும் கொய்யாப்பழமும்
மிளகாய் வத்தலாகக் காய்ந்துகொண்டிருக்க
கூண்டுக்குள் இருந்து கீச்சிடுகிறது...
கிளியின் மொழியில் என் வார்த்தைகள்
உதிர்ந்துகொண்டிருப்பதை
நிதானமாக பொறுக்க ஆரம்பிக்கிறேன்
என்னைச் சுற்றி ஒரு கூண்டு
யாரோ எழுப்ப ஆரம்பிக்கிறார்கள்...

வால் முளைத்த குதிரைகளும்
மந்திரக்கோல்களைத் தேடி அலையும்
சூனியக்கார கிழவிகளும்
ஏழு கடல் ஏழு மலை தாண்டி
பச்சைக்கிளிகளுடன்
நெருப்புத் துண்டங்களை விழுங்கும்
மூன்று கண் அரக்கர்களும்
சுண்டுவிரலை கடனாகக் கேட்கும்
கொள்ளிவாய்ப் பிசாசும்
தோட்டத்தில் பூக்களை
பூப்பிக்கும் தேவதைகளுமாக
வந்துபோகின்றனர் ஒவ்வொரு ராத்திரியும்.
கன்னித்தீவு கதையில் லைலாவாகவும்
பலநேரங்களில் சிந்துபாத்தாகவும்
கடவுச்சொல் மறந்த
அலிபாபா குகைபோலவும்
பூதம் தொலைத்த அலாவுதீன் விளக்குமாகவும்
மாறிப்போகிறது...
கமண்டலத்தை உருட்டிய
காகமாக காவிரியில் நனைகிறது
இப்போது எல்லாம்...
ஒரு நீள்யாத்திரையின்
நீல இரவுகளை கதைகளால்
கட்டிவைத்திருக்கும் கதைசொல்லிகள்
மெல்ல உலவ ஆரம்பிக்கின்றனர்
என் படுக்கையறையின்
சிதறிய நித்திரையில்...

●

முதன்முறையாக
தோட்டத்தில் பூ வளர்க்க
ஆசைப்பட்டது எங்கள் வீடு...
டிசம்பர் பூக்களில் ஆசையில்லை
சூரியகாந்திகளை வளர்க்க இடம் போதாது.
வீட்டின் முன்பக்கத்தில் பூக்கும்
செம்பருத்திப் பூக்களைப் பறித்து சூடிக்கொள்ள
விரல்கள் நீண்டதில்லை...
வெள்ளை நிறங்களின்மேல் கொள்ளைப் பிரியம்
மல்லி வளர்ப்பதென்று முடிவுசெய்தோம்...
அப்போதுதான்
பெரியசாமி பெரியப்பா கேட்டது ஞாபகம் வந்தது.
பவழமல்லியா ஜாதிமல்லியா
குண்டுமல்லியா அடுக்குமல்லியா...
வெள்ளையாக இருப்பதெல்லாம் மல்லியாகாது
அப்போதுதான் புரிந்துகொண்டேன் முதன்முறையாக.
பதியன் போட்ட பிறகு
காலையில் தம்பியும் மாலையில் நானுமாக
தண்ணீர் ஊற்றுவதென்று
முறைவைத்துக்கொண்டோம்.
ஆடு மேயாமல் சர்வ ஜாக்கிரதையாக
வளர ஆரம்பித்தது எங்கள் வீட்டு மல்லிச்செடி.
கிளுவை மரம் சுற்றிப் படரும் அதன் கொடியில்
பூக்க ஆரம்பித்தது பூக்கள்...
மாலையில் மலரும் பூவின் வாசத்தில்
ததும்பி வழிந்தது வீடு...
ரெட்டை ஜடையோ ஒற்றைப் பின்னாலோ
பூவில்லாமல் போனதில்லை நான்...
இப்போது பறிக்க ஆரம்பிக்கிறது
ஒவ்வொரு பூவாக உதிர ஆரம்பிக்கும் நாட்களை...

◆

எங்கள் வீட்டிலும்
ஒரு கேணி இருந்தது...
தொட்டணைத்து ஊறும்
கேணியாக இல்லை அது...
இருந்தும் கோடை நேரங்களிலும்
தண்ணீரின் அலைவரிசையில்
ஈரம் ஒலிபரப்பும் அது...
அரை நெல்லிக்காய் உபயத்தால்
இனிக்க ஆரம்பித்தது அதன் தண்ணீர்...
ஆற்றில் பிடித்த விரால்களை
நீந்தவிட்டிருந்தோம்...
ராட்டினத்தில் தண்ணீர் சேந்தும்போது
இரும்பு பக்கெட்டில் மீன்களும் வந்துவிடும்...
அம்மாக்களின் பயமுறுத்தலில்
தளும்ப ஆரம்பிக்கும் கேணிகள்...
எப்போதாவது உப்புக் கரித்தால்
அம்மா அழுத்திருக்கிறாள் என்று அர்த்தம்...
ஆண்டாள் அத்தை
புஜ்ஜிமாவுடன் ஒரு அகாலத்தில்
குதித்த சத்தம் பலரின் நித்திரை கலைத்தது...
செய்யாத ஒன்றிக்கு
வேலாயுதம் மாமா குற்றவாளியாக
தூர்ந்துபோனது கேணி
அவர் வாழ்க்கையைப் போல...
கேணிகள் இல்லாத நகரத்தில்
விசும்பல்களுடன் யாரும்
பயமுறுத்துவதில்லை அப்பாக்களை...
மிரட்டல்களை முன்வைத்து
தூர்ந்துபோயிருக்கலாம் கேணிகள்...

பாட்டிக்கு காலெல்லாம்
பித்தவெடிப்பு
கையெல்லாம் காப்பு காய்த்த அடையாளம்...
சுருங்கின தோலுக்குள்ள
சரம் சரமா ஆசைகள்...
நீளமா மூச்சு வாங்குவா
சந்தையில் வாங்கியாந்த
சாயம்போன புட்டா புடவையில்தான்
இப்போ படுத்துக் கிடக்கா...
சொந்த உழைப்புல தாத்தா வாங்கின
மச்சு வீட்டுல மோட்டுவளை பார்த்தபடி
அடிக்கடி கண்ணீர் உகுக்குறா...
சீமை கருவேலமரத்தைப் போல
மண்டிப் போச்சு அவ வாழ்க்கை...

வருஷத்துக்கு ஒரு தடவ அப்பாவோட
ஊருக்குப் போவோம்...
தனியாத்தான் இருப்பேன்னு
அத்தனை அடம் பாட்டிக்கு...
போதாக்குறைக்கு தனியா
சமைச்சு சாப்பிடறது...
ஒத்தப் புள்ளைய பெத்தா
உரியில சோறுன்னு சொன்னது தப்பா போச்சு...
அப்பா எவ்வளவு சொல்லியும் கேக்கல
பாட்டிக்கு பிடிவாதமும் விட்டுப் போகல...
எருக்கஞ்செடியில கசிகிற தேனாட்டம்
வேர்க்க ஆரம்பிக்குது வாழ்க்கை...
லீவு நாளா பார்த்து கண்ணமூடினாதான்
பேரப்புள்ளைகளும் வந்து பாக்கும்...
பாட்டியோட சன்னமான குரலில்
ஆதிவிதைநெல்லின் வாசம்...
உசுர கையில் புடிச்சுக்கிட்டு எழுந்து நடக்குறா
யாருக்கும் உபத்தரவமா ஆகிடுவோமான்னு
அதீத பயத்துல கதவிடுக்கில் மாட்டுன பல்லியா
உச்சுக்கொட்டிப் போகுது
பாட்டிக்கும் எங்களுக்குமான உறவு...

●

எங்கள் புஜ்ஜிமா
காகம் வரைந்தாள்...
நீல வண்ணத்தில் சிவப்பு அலகில்
கொய்யாப்பழம் சாப்பிட்டது அது...
அவள் காகம் என்றதால்
நாங்களும் அதனுடன் சேர்ந்து
பறக்க ஆரம்பித்தோம்...
அவள் வரைந்த தோட்டத்தில்
பின்தொடர்ந்தன பட்டாம்பூச்சிகள்...
கொம்புகள் முளைத்த சிங்கங்களும்
தந்தங்கள் வைத்த மாடுகளுமாக
அலைந்தது அவள் காடு...
வனம் முழுக்க அவள் இறைத்த
விண்மீன்களுக்குத் தூண்டில் போட
சிக்கிக்கொண்டோம் நாங்கள்...
மீன்கள் இழுக்க விழ ஆரம்பித்தோம்
ஒவ்வொருவராக...
வண்ணங்களால் நிரம்பும்
அந்த முழுமையில்
தூரிகையாகில் கொண்டிருந்தோம்...
ஒரு கைதேர்ந்த ஓவியக்காரியின்
சகல சாதுரியத்தையும்
விரல்களில் சலங்கையாக்கி
அபிநயிக்கிறாள் ஓவியங்களாக...
அடவு கட்டாத அந்தக் கணத்தில்
அர்த்தப்பட்டுக் கொள்கிறது வாழ்க்கை...

●

எங்கள் வீட்டில் முதன்முதலாக
தொலைபேசி வந்தது...
வெள்ளை நிறத்தில் கருப்பு பொத்தான்களுடன்
செல்லமாய் சிணுங்கும்...
யாரோ அழைக்க ஒலிக்கும் மணிச் சத்தத்தில்
பூனைக்குட்டியாய் அசைய ஆரம்பிக்கும் வீடு...
எதிர் வீடு பக்கத்து வீடு இப்படி
எல்லோரும் புழங்கும் இடமாகிப்போனது
எங்கள் வராண்டா...
யாமம் கடந்தும் அழைப்பு வருகையில்
அக்கம்பக்கத்து கதவுகளை
தட்டி எழுப்புவது என் வேலை...
இனிப்புகளில் சிதறியும்
கண்ணீரில் நனைந்தும் பிசுபிசுக்கும்
பொழுதுகளாகிப்போகும் சிலநேரம்...
அழைப்பு வராத நாட்களை
சபிக்கக்கூட ஆரம்பிப்பான் தம்பி...
தொலைபேசியில் நிகழும் உரையாடல்களில்
காது பொத்திக்கொண்ட சன்னல்களும்
கண்கள் திறந்துகொண்ட சுவர்களுமாக
இரை விழுங்கிய மலைப்பாம்பாக
நெளிய ஆரம்பிக்கும்...
மழைநேரத்து ஈசல்களாக
மெல்ல முளைக்க ஆரம்பித்தது
தொலைபேசிகளும் ரகசிய உரையாடல்களும்...
வராண்டாவைக் கடந்து செல்போனுடன் செல்லும்
என்னை ஏக்கமாய் பார்த்திருக்கலாம்
தொலைபேசி இருந்த இடத்தில்
பூத்திருக்கும் தொட்டிச் செடி...

அப்போதெல்லாம் வாசல் காட்டிவிடும்
வீட்டிற்குள் யார் இருக்கிறார்கள் என்று...
அப்பத்தாவின் முனைதேய்ந்த செருப்பு
செட்டியார் கடையில் வாங்கிய பக்கோடா
உள்நுழைகையில் வெற்றிலைச் சாறுடன்
உதட்டில் பதியும் ஈர முத்தம்...
புத்தகப் பையுடன் புயலாய் நுழைவேன்
கூடம் நோக்கி.
ராவுத்தர் பாய் வந்திருக்க வேண்டும்
அப்பாவுடன் ஏதோ கொடுக்கல் வாங்கல்போல
மரிக்கொழுந்து வாசம் கருப்பு வார் வைத்த செருப்பு
காட்டிக் கொடுத்துவிடும் எனக்கு
பின்வாசல்வழியாக உள் நுழைவேன்...

சுப்பிரமணி மாமா வரக்கூடாது
கணக்கு வாய்ப்பாடும் மனப்பாடச் செய்யுளும்
சொல்லச் சொல்லி கடுப்பேத்தும்...
ஊரில் முதலில் ஷூ போட்ட ஆசாமி
பக்கத்து வீட்டு பரிமளா மாமி வீட்டில்
கிளம்பும் வரை அகதியாவேன்...
செருப்புகள் நிறத்தில் அளவுகளில்
தெரிவித்துவிடும் உள்ளிருப்பவர் யார் என்று...
சொக்கலிங்க தாத்தா செருப்பே போடமாட்டார்
ஒற்றைக் காரணத்துடன் விளக்கமும் சொல்வார்.
ஒரு பிற்பகலில்
செருப்புகளால் நிரம்பி வழிந்தது எங்கள் வீடு...
கண்ணீரையும் விம்மலையும்
நிரப்பித் ததும்பிய கூடம் பிற்பாடு தீவாகிப்போனது...
இப்போதெல்லாம் வாசல்களில்
செருப்புகளைப் பார்க்க முடிவதில்லை...
சமையலறை வரை செருப்புகளுடன்தான்
நடமாடுகிறேன் நான்...
காலிங் பெல் ஓசையில் கதவுக்கு வெளியே
அமைதியாய்க் கிடக்கிறது
அடுக்கிவைத்திருக்கும் செருப்புகளின் அலமாரி...

நெடுநேரம் அலைந்து கிடைக்காத
ஜில்லு குட்டியைத் தேடி
முதன்முறையாக அப்போதுதான்
உள்நுழைகிறேன் அந்த இடத்திற்கு...
தலைக்குமேல் பறந்த கழுகு
தரையில் எதையோ கொத்திக்கொண்டிருந்தது.
தென்னைமரத்தில் முடிந்திருந்த பொந்தில்
கிளி ஒன்று வசிக்க ஆரம்பித்திருந்தது
மரங்கொத்தியின் குத்து படலத்தில்
பக்கத்தில் இருந்த வேப்பமரம் தற்போது இலக்காக.
உச்சிவெயில் யாரும் இல்லாத
எல்லோரும் இருக்கும் அந்த இடம்
எனக்குள் தகிக்கத் தொடங்கியது...

இங்குதான் அப்பத்தாவை
மீசைக்கார மாயாண்டி கிழவரை
இன்னும் ஞாபகத்தில் இருந்தவர்கள் எல்லாம்
மண்ணுக்குள் புதைந்தும்
பக்கத்தில் புகைந்தும்
பயம் கண்ணைப்பொத்தி
கண்ணாமூச்சி ஆடவைக்க
ஜில்லு குட்டியைத் தேடி ஓட ஆரம்பித்தேன்...
இடுகாட்டின் அச்சம் துளிகூட இல்லாமல்
பறந்துபோன ஒரு தட்டானை
பிடிக்க ஆரம்பித்தது ரெட்டைஜடை வயசு...
மயானம் நுழைந்து வாசல் வந்த என்னை
மிரட்சியுடன் பார்த்தாள் அம்மா...
தகன மேடையைப் பார்த்துவந்த
கண்களுக்கு அவள் கதவிடுக்கில் மாட்டிய
பல்லியாய்த் தெரிந்ததில் ஆச்சர்யமில்லை...
நகரத்தில் இன்று மின்மயானங்களில்
வை-ஃபையுடன் ஜில்லு குட்டியை
தேடிக்கொண்டிருக்கிறேன்
மே என்கிற சத்தத்தில்
மேய்ந்துகொண்டிருக்கலாம் அது எனக்குள்...

●

எங்கள் வீடு பொம்மைகளால்
நிரம்பி வழிந்தது...
பாட்டியின், முனை உடைந்த மரப்பாச்சி பொம்மை
அம்மாவைப் போல் வாய்பேசாமல்
தலையாட்டும் தஞ்சாவூர் பொம்மை
எனது சாதுவான கரடி பொம்மை
-இப்படியாக ஒவ்வொரு பொம்மையும்
ஒவ்வொருவருக்குச் சொந்தம் என்று
சொல்லிக் கொண்டோம்...
ரயில் பொம்மையையும் மகிழுந்து பொம்மையையும்
தம்பி சொந்தம் கொண்டாடினான்.
கரடி பொம்மையுடன்தான் என் படுக்கை
போர்வைக்குள் நெளியும்
தொலைக்காட்சி பெட்டிமேல்
அலமாரிமேல் பரண்மேல் என...
எங்கும் நீக்கமற நிறைந்திருக்கும் பொம்மைகள்...
வீட்டுக்கு வரும் உறவுகள்தரும் பொம்மைகள்
சிலநேரம் எடுத்துச்செல்லும் பொம்மைகள் என
பொம்மைகள் வருவதும் போவதுமாக இருக்கும்.
சாவி கொடுக்கும் பொம்மை வந்தபிறகு
எல்லா பொம்மையும் அந்நியப்பட்டது.
ஒரு நாள் சாவிகொடுக்கும் பொம்மை
இயங்க மறுத்தபோது
தேடி எடுக்கவேண்டி இருந்தது
இன்னொரு பொம்மையை.
பொம்மைகளை அடுக்கி வைப்பதும்
துடைத்து வைப்பதுமாக அம்மாவின் வேலை
பம்பரமாய்ச் சுழலும்
பொம்மைகள் உலகில் பொம்மைகளாகிக்
கொண்டிருக்கிறோம் நாம்...

●

அப்பாவிற்கு எப்போதும் ஒரு பொருளை
சரியான இடத்தில் வைக்கத் தெரியாது
தொலைத்த இடத்தைவிட்டு
இல்லாத இடத்தில் தேடுவதிலேயே
பெரும்பாலான நேரம் கரைந்துபோகும்...
அப்பா தோட்டத்தில் பூக்களோடு பேசுவார்
வண்ணத்துப் பூச்சியுடன் கண்ணாமூச்சி ஆடுவார்
கண்ணாடித் தொட்டிக்குள் நீந்தும்
தங்க மீன்களோடு நனையாமல் நீந்துவார்
அப்பா சுமக்கமுடியாத பூ மூட்டையுடன்
வலம் வருவதாகவே தோன்றும் எனக்கு...
ஒவ்வொரு பூவாக அவர் விநியோகித்தும்
வெற்றிடத்தை நிரப்பிக் கொண்டிருக்கும் தோட்டம்...
புன்னகை மட்டுமே அதிகபட்ச உரையாடலை
எடுத்துக்கொள்ளும் அவரிடம்
தென்பட்டதே இல்லை புன்னகை...
வாழத் தெரியாதவராகவே
அறியப்பட்டுவிட்டார் அவர்...
வாழ்ந்துதான் ஆக வேண்டுமா என்ன
கேள்விகளால் அவர் காயப்பட்டதாகத்
தெரியவில்லை...
எல்லாம் அறிந்துதான் இருக்கிறார் அப்பா
அறியாத மனிதர்கள் நிரம்பிய உலகில்
அவரின் அறியாமை
பனித்துளி ஏந்தும் பசும்புல்லாக
எனக்குள் ஆவியாகிக் கொண்டிருக்கிறது
இப்போது நானும் அப்பாவாகிறேன்...

●

அதென்னவோ மருதாணிமீது
அப்படி ஒரு பிரியம்...
மருதாணி அரைப்பதில்
அப்பத்தா திறமைசாலி...
பச்சையம் சிவக்கும் ரகசியத்தில்
தொலையும் என் இளமை...
எனக்குப் பிடிக்கும் என்பதற்காக
அவன் கொண்டுவந்து கொடுத்த கிளை
வளர ஆரம்பித்தது மெல்ல மெல்ல.
இலை பறிக்கும் என் தனிமையில்
பூப்பூக்க ஆரம்பித்தது.
தொப்பிவைத்த விரல்கள் சிவக்கும்
உள்ளங்கை ரேகையெங்கும்
அவன் நினைவுகள் ஓடும்...
ஒரு நாள் மருதாணி மரத்தை
வெட்டவேண்டி வந்தது.
நிழல் வியாபித்த மரத்தின் அடியில்
ஊர்ந்துகொண்டிருக்கும் எறும்பாக
நகர்கிறது காலம்...
என்னதான் நகரங்களில் உடனடியாக
மருதாணி வாங்கி வைத்துக்கொண்டாலும்
சிவந்துவிடும் கண்களுக்குத் தெரிவதே இல்லை
நினைவுகளின் நிறம் சிவப்பு என்று...

மாந்தோப்பைக் கடந்துதான்
பள்ளிக்கூடம் போவோம்...
தோட்டக்காரனுக்குத் தெரியாமல்
பறித்த மாங்காய் புளிக்கவே செய்தது...
இருந்தும் கல்லெறியவே செய்தோம்
ஒவ்வொருமுறையும்.
நட்டுவைத்த மாங்கொட்டையில்
எட்டிப்பார்க்கும் துளிரில் தென்படுகிறது
இனிப்பும் புளிப்பும் கலந்த நினைவு.
இளவேனில் காலத்தில் அப்பா
நிறைய மாம்பழங்களுடன் வருவார்.
தோட்டம் முழுதும் மாமரங்களாக நிற்க
கனவு வனத்தில் தொலைந்துபோவேன் நான்...
அக்காவின் மசக்கை, மாங்காக்களை
தேடவைத்தபோதுதான் வீட்டில் ஒரு
மாமரம் இருந்திருக்கலாமோ என்று நினைத்ததுண்டு...
உதிர்ந்த மாம்பிஞ்சுகளில்
அம்மா செய்த மாவடு ஊறுகாய்
என் தயிர் சாத நினைவை புளிக்கவைத்தது.
மாந்தோப்புகளும் எப்போதாவது
பாட்டிசைத்துச் செல்லும் குயிலுமாக
ஒரு கோடை எனக்குள் நிழல் தூவிச் செல்லும்...
நேற்றைக்கு நேற்று மாங்கொட்டைக்குள்
வண்டொன்றைப் பார்த்தேன்...
விட்டு விடுதலையாகாத அதன் இருப்பு
முளைக்க ஆரம்பித்தது இப்போது எனக்குள்...
மாமரத்தின் நிழலில்
படுத்துறங்குகிறது என் பால்யம்.

தறி சத்தத்தில்
நித்திரை தொலைக்கும் எங்கள் வீடுகள்...
வேப்பமர நிழலில் சாயம்தோய்ந்த வெயில்
உலர்ந்துகொண்டிருக்கும்.
நூல்களின் இணைப்பில்
ஆடைகளாகும் எங்கள் வாழ்க்கை...
அப்பாவிற்கு புடவையும் வேட்டியும்
கைவந்த கலை...
தீப்பெட்டிகூட கடன்வாங்கத் தயங்கிய
குடும்பத்தில் முதன்முறையாக
எட்டிப் பார்த்தது சிம்னி வெளிச்சம்...
பண்டிகைகளில் பவுடர் பூசும் புன்னகை
கூரை உரசும் சுவர்களைப் போல
வெடிப்புகளில் துளிர்க்க ஆரம்பித்தது...
மின்சாரத் தறி வரவால்
நெய்தலானது எங்கள் முல்லையும் மருதமும்...
விற்பனைக்குத் தயாராகும் எங்கள்
உடைகளில் ஆரம்பமானது
வசம் இழந்துபோன தொழில்.
நூல் நூற்ற ராட்டைகளில்
பாவம் சிலந்திகள்.
அப்பாவின் கருணையில் விட்டு விடுதலையானது
எங்களைப் போல அதுவும்...
ஒன்றை விற்று ஒன்றைப் பெறும்நிலையில்
சொல்லிக் கொள்கிறோம்
"செய்யும் தொழிலே தெய்வம்"

சந்தையில் காணாமல்போன
கடைக்குட்டி பாலுவை
இன்றுவரை தேடிக்கொண்டிருக்கிறார் சித்தப்பா...
கருப்பு வெள்ளை புகைப்படம் காட்டி
கண்ணீர் சிந்தும் அலமு சித்திக்கு
தேர்த் திருவிழாமீது அத்தனை வெறுப்பு...
ஒரு ஐப்பசி மழையில் அடித்துச் செல்லப்பட்ட
மீனுக்குட்டிக்கு பிடிக்குமே என்று
ஒவ்வொரு மழைநாளிலும்
வட்லப்பதுடன் காத்திருக்கும் தாமிரபரணி
பெரியாத்தா...
ஆத்திரத்தில் வீட்டைவிட்டு எங்கு போனாளோ
அம்மாவைத் தேடி காத்திருக்கும்
எதிர்வீட்டு ஏகாம்பரத்தின் இளைய மகன்...
பேரன்களுடன் பேத்தியுடன் இருக்க முடியாமல்
தலைமறைவாகி இருப்பாரோ மாயாண்டி கிழவர்...
அடிக்கடி சீண்டி வம்புக்கிழுக்கும் ஆறுமுகசாமி
பள்ளிச் சுற்றுலாவில் காணாமல் போனதிலிருந்து
ஏக்கம் சுமக்கும் வகுப்பறையோடு நான்.
தொலைந்தவர்களை தொலையாதவர்கள்
ஞாபகப்படுத்திக் கொண்டிருக்கிறார்கள்.
தொலைந்தவர்கள் தேடுவதேயில்லை
தொலைத்தவர்களை ஒருபோதும்...
மொட்டைமாடியில் ஆண்டனாவில்
அமர்ந்துபோகும் காகம்
கேட்டிருக்க வாய்ப்பில்லை
"காணாமல்போனவர்கள் பற்றிய அறிவிப்பை."

◆

தொலைக்க விரும்பி
அடையாளம் தெரியாத இடத்தில்
விட்டுவந்திருந்தோம் ஜிம்மியை.
எப்படியோ கண்டடைந்துவிட்டது வீட்டை
முதன்முறையாக குடும்பமே
தொலைந்தது அப்போதுதான்...
யாருமற்ற தனிமையை
அழகுபடுத்துகிறது தொலைதல்.
கூட்டைத் தொலைத்த பட்டாம்பூச்சியின்
பறத்தலில் தொலைந்திருந்தது
தோட்டத்தின் வாசனை...
சின்னதாகிப் போன உடைகளில்
தொலைந்திருந்த வயதுகளை
உடுத்திக்கொண்டிருந்தது நினைவு...
அகாலத்தில் காணாமல்போன அப்பாவின் சைக்கிள்
தொலைந்துபோனதாய்த் தேடி
கடைசியில் கண்டடைந்த
அக்காவின் கால்கொலுசு...
களவுபோனதை நம்ப மறுக்கும்
அப்பத்தாவின் காத்திருப்பு...
-இன்னபிறவற்றிலும்
தொலைந்தும் தொலையாமலும்
இருக்கவே செய்கின்றன
தொலைதல் குறித்தான நம்பிக்கைகள்...
கண்டடைவதில் ஆரம்பமாகலாம்
பெருங்கூட்டத்தில் தொலைந்தவனின்
வார்த்தைகளற்ற தனிமை.

அப்படி ஒரு நிலையில்
அத்தையை நான் பார்த்ததில்லை...
நெருப்பு உண்ட உணவாய்
குருத்து வாழை இலையில் கிடத்திவைக்கப்பட்டு...
ஆவி பறக்கும் காபி டம்ளரை
பிடிக்கவே பயப்படுபவள்
அடங்கிப்போய் கிடக்கிறாள்...
நிலைக்கண்ணாடியில் ஒரு தேவதையாக அவள்...
திரைச்சீலையெங்கும் ஜன்னல்களின் நிழல்...
அப்படியே விட்டிருக்கலாம்
வாழாவெட்டியாக இருந்திருப்பாள் ஒருவேளை.
ஒரு அருகம்புல்லை
தீ மேய்ந்துவிட்டது அவசரமாக...
அம்மாவின் விரல் பிடித்து
புடவைக்குப் பின்னே ஒளிந்து பார்த்தது
அமாவாசை நிலவைத் தேடி அலையும்
உன்மத்த நிலையில் நான்...
அவசரக்காரி இப்படிச் செய்துவிட்டாளே
அப்பாவின் நியாயமான கோபத்தில்
ரணப்பட்டுக் கிடந்தது நேற்றைய ஞாபகம்.
ரணமானவள் உதாரணமாகிப் போனாள்
எங்கள் குடும்பத்தில்...
கொஞ்சம் தைரியம் கொஞ்சம் அவசரம்
ஏதோ ஒன்றில் ஒளிந்துகொண்டிருக்கிறது
வாழ்வின் நிலையாமை...
இப்போதெல்லாம் வாழை இலையில்
சாப்பிட நேர்கையில் வந்துபோகிறது
அத்தையின் ஞாபகம்...

●

நல்லவேளை,
பெயர் இன்னும் மறக்கவில்லை
ஆனால் எல்லாம் மறைத்திருக்கிறது காலம்.
பாதி கடித்துக்கொடுத்த புளியங்காய்
நிப் உடைந்த பேனாவிற்குப் பதிலாக
பால்பாயிண்ட் பேனாவை எடுத்துக்கச் சொல்லி தந்த
ஒரு காலாண்டுத் தேர்வு மதியநேரம்
பச்சைக்கலர் ரிப்பனும் பிளாஸ்டிக் வளையலுமாக
தொலையாத என்னிடமிருந்து
தொலைத்திருக்கிறேன் அவனை பலவந்தமாக...

பள்ளிக்கூடம் படித்துறை கருவேலங்காடு
வாரச்சந்தை முண்டந்துறை எங்கும்
நிறைந்திருக்கலாம் பால்யத்தின்
பகல் விலகிய பொழுதுகள் பாதையெங்கும்...
அம்மாவிற்கு அவனுடன் பேசுவதில்
அவ்வளவு பிரியம் இல்லை.
அப்பாவிற்கு அந்தஸ்துமீது அக்கறை அதிகம்
நட்பைக்கூட தரம் பார்த்துதான் வாங்குவார்...
ஒரு வியாபாரியைப் போல் அவரின் கொள்முதலில்
விற்பனையாகாமல் போனது எங்கள் நட்பு.
வாழ்க்கை வசதிகளை வாரிக் கொடுத்ததில்
ஒரு அகதியைப்போல் மாறிப்போனது
நேற்று அவனைப் பார்த்தபோதுதான் தெரிந்தது
என்னை அவன் அடையாளப்படுத்திக் கொண்டதும்
அவனை நான் அடையாளப்படுத்த முயன்றதும்
மகளுக்கு வேடிக்கையாக இருந்திருக்கும்...
தன் நண்பர்களை அறிமுகப்படுத்தும் தைரியம்
நேற்று என்னிடமும் இருந்திருக்கலாம்
நட்பின் விதை இன்னும்
உயிர்ப்புடன்தான் இருக்கிறது என்னிடம்
புன்னகையுடன் கடந்துபோகும் மகளின்
விரல்பிடித்து நடக்கிறேன் ஏதும் நிகழாததைப்போல்...

எங்கள் அனுமதியில்லாமல்
கட்ட ஆரம்பித்தது கூடொன்றை
வீட்டிற்குள் அந்தக் குருவி...
கொஞ்சம் வைக்கோல் கொஞ்சம் பஞ்சு
நிறைய கீச் கீச்...
இத்யாதிகளுடன் உருவாக்கிவிட்டது அது...
புதுமனை புகுவிழாவில் வந்தவர்களை
எங்களைவிட அதிகம் வரவேற்றது அதுதான்...
ஒரு பொன்னந்திப் பொழுதில் எங்கிருந்தோ
அழைத்துவந்தது இன்னொரு குருவியை...
பிற்பாடு இணைந்தே இரை தேடியது
இணைந்தே சண்டைபோட்டது
இணைந்தே தூங்கிப்போனது...
பால்கனி ஒட்டியிருந்த ஜன்னல் நுழைந்து
உள்ளே வரவும் கற்றுக்கொண்டது அது.
சுவர்க்கடிகாரத்தின் அசையும் பெண்டுலத்தின் ஓசையில்
தலை அசைக்கவும் பழகிய தருணத்தில்
காணாமல்போனது அந்தக் குருவி.
பால்கனி சுவரில் அமர்ந்து ஏக்கத்தை
வீசிக்கொண்டிருக்கும் அதன் இருப்பில்
இதயம் நொறுங்க ஆரம்பித்தது எங்களுக்கு.
ஒரு அதிகாலைப் பொழுதில்
கூட்டைப் பிய்த்து ஏறிக்கொண்டிருந்த
குருவியின் சிறகில் குத்திக்கொண்டிருந்த
அந்த மெல்லிசான கம்பியின் நுனியில்
கசியத் தொடங்கியது ரத்தம்...
உத்தரவு இல்லாமல் கிளம்பிவிட்டது
தனித்திருந்த அந்தக் குருவி...
"ஒரு காலத்தில் எங்கள் வீட்டிலும் குருவி கூடு
கட்டியது..."
-சொல்லிக் கொள்கிறோம் இப்போதெல்லாம்...

அப்பாவின் பழைய புகைப்படம்
தேடி அலையும் நேற்றைய மகன்
ஒருவனுடன் பேசிக் கொண்டிருந்தேன்.
மின்சாரம் தடைபட்ட ஒரு நள்ளிரவில்
மெழுகுவர்த்தி வெளிச்சத்தில்
உருகி வழிந்தது அவன் வார்த்தைகள்.
ஒற்றைப் புகைப்படம் தேடும் அந்த நீள்பயணத்தில்
தொலைந்துகொண்டிருந்தது அவன் பாசம்...
மனைவியாக வந்தவளுக்கு
அப்பாவைக் காட்டும் முனைப்பு
அவன் அப்பாவாகிப் போனதும்
முடியாமல்போனதாம்.
திருமணம் காதுகுத்தல் மஞ்சள் நீராட்டு
விசேஷங்களில் அப்பாவைத் தவிர எல்லோரும்
சிரித்தபடி குடும்பப் புகைப்படங்களில்
எங்குதான் போய்த் தொலைந்தார் இந்த அப்பா
லேசான எரிச்சலில் அனாதைப்பிணமாய்
மறைந்துவிட்ட அப்பாவை மானசீகமாய்
திட்ட ஆரம்பித்துவிட்டான்...
மூளையின் செல்களில் எத்தனை நாள்தான்
அப்பாவின் உருவத்தைச் சுமந்துதிரிவது...
ஒரு மகனுக்கும் தந்தைக்குமான உரையாடல்
முற்றுப்பெறாமலே தொடர்கிறது...
எனக்குள் நானே பேசிக்கொண்டிருப்பதை
நீங்கள் கவனிக்காத நேரத்தில்
வெளியேறுகிறான் அவன் என்னிடமிருந்து...

ஞாயிற்றுக்கிழமையின் பிற்பகல்
ஒரு கருப்பு-வெள்ளை புகைப்படத்தில்
தேதி நேரம் தேடிக்கொண்டிருந்தேன்
முகம்தெரிந்த நண்பருக்குப் பக்கத்தில்
யாரோ பின்னால் கடந்துபோக
பதிவாகி இருந்த காட்சியில்
உறைந்துபோயிருந்தது நினைவு...
காதுகளை வருடிப்போகும் பண்பலையில்
படத்தின் பெயர் தேடவைத்த தருணம்
உலர்ந்துபோகிறது பேருந்தில்
கூடுதல் சில்லறை கொடுத்த நடத்துனரைக் கடந்து
இறங்கும் இடத்திற்கு முன்னிறுத்தத்தில் இறங்கி
வந்தது...
முகநூலில் பதிவிட்டிருந்த நண்பனுக்கு
விருப்பக் குறியிட்டு நிமிர்கையில்
தான் தோற்றதற்காக கதறிக்கொண்டிருந்தாள்
அந்த தொலைக்காட்சியில் ஒரு பெண்...
"மாலை சமையலுக்கு என்ன செய்யட்டும்"
மனைவியின் குரலில் பதிவுசெய்திருக்கும்
தியேட்டர் ஞாபகம் சுழல ஆரம்பிக்கும்...
இமை அமர்ந்து தூங்க நிர்பந்திக்கும்
இத்தியாதிகளுடன்தான்
கடந்துபோக வேண்டியிருக்கிறது...
ஞாயிறு தூங்க மட்டும் அல்ல
தூங்கும் நினைவுகளை
உசுப்பவும் செய்யலாம் என்னைப் போல...

●

ஓட்டை ஹெர்குலிஸ் சைக்கிள்
தயிர்சாதம் மாவடு ஊறுகாய்
பஞ்சகச்சம் காது கடுக்கன்
கணக்கு வாத்தியார் ரங்கசாமியை
இப்படித்தான் பார்த்திருக்கிறேன் நான்.
கொண்டையில் வைத்த மல்லிப்பூ
சாம்பார் சாதம் உருளைக்கிழங்கு
மழையில்லா நேரத்திலும் கையில் குடை
தமிழம்மா அலமேலுவை
மறக்கமுடியாது எப்போதும்...
பி.டி. வாத்தியாரின் முகம் மறந்துபோனது
அவரது பெயரும் அந்த முறுக்குமீசையும்
பள்ளிக்கூட மதில்சுவர் தாண்டி
ஒலித்து அடங்கும் அந்த விசில் சத்தமும்...
கூட்டமாக தமிழ் வாழ்த்தில் தொலைந்தபோது
ஒழுங்காய் பாடச் சொல்லிய
பரிமளா டீச்சரும் ரமணி சாரும்
வந்துபோகின்றனர் இப்போது.
வகுப்பறையும் கரும்பலகையும்
உதிரும் சாக்பீஸ்களை ஞாபகப்படுத்திப் போகிறது.
முதல் பெஞ்சும் கடைசி பெஞ்சுமான வாழ்க்கையில்
வருகையும் பதிவுமாக வந்துசெல்லும் நினைவுகளில்
வராமல் இருப்பதில்லை ஆசிரியர்கள்
கையில் பிரம்புடனும் கூடுதல் அன்புடனும்...

●

அந்த சாவியைக் கடந்துதான்
எல்லோரும் போனார்கள் என்னைத் தவிர...
யாரோ தவறவிட்டிருந்த அது
பூட்டிய வீட்டை ஞாபகப்படுத்தியது...
அறைக்குள்ளிருந்து வெளியேறத் துடிக்கும்
சிலந்தியாய்க் கிடந்து தவித்தது அது.
கதவிடுக்கில் மாட்டிக்கொண்ட
யாரோ எழுதிய கடிதமோ
வாலறுந்து தொங்கிக்கொண்டிருக்கும் பல்லியோ
இறந்துகிடக்கும் கரப்பானை
இழுத்துச்செல்லும் எறும்புகளோ
ஏதோ நிகழ்ந்துகொண்டிருக்கலாம் அந்த அறைக்குள்.
சாவியை கண்டுகொள்ளாத
பிறருடைய பிரியர்களின் மிச்சத்தில்
கூடுகட்ட ஆரம்பித்தது அதன் ஏக்கம்...
கள்ளச்சாவிகளை அனுமதிக்கும் பூட்டுகள்
எப்போதாவது தொலைத்துவிடுகிறது
இப்படிப்பட்ட சாவிகளை...
சாவியைத் தொலைத்த யாரோ ஒருவன்
விட்டுச்சென்ற பரிதவிப்பை
சுமந்து நடக்கிறது என் கால்கள்...

ஒரு வெற்றிலை கொஞ்சம் மை போதுமானது
பக்கிரிசாமிக்கு
தொலைந்தவைகளைக் கண்டுபிடிக்க.
மந்தையில் காணாமல்போன ஆட்டுக்குட்டியில் இருந்து
களவுபோனதாய் நினைத்த
சின்னாளம்பட்டி சித்தியின் கல்வைத்த கம்மல் வரை
உள்ளங்கைக்குள் கொண்டுவரும் லாவகம்
ஊரே ஒரு வெற்றிலைக்குள் அடங்கிக் கிடந்தது...
தேடுதல் இல்லாதவர்களிடமும்
தொலைந்துகொண்டுதான் இருந்தது ஏதோ ஒன்று.
இதுநாள் வரை அகப்படாத
திருவிழாவில் தொலைந்த சோமுவாகட்டும்
கைக்குழந்தையில் விட்டுப்போனவன்
மகள் கல்யாணத்திலாவது வந்துசேருவான்
காத்திருக்கும் செங்கமலமாகட்டும்
விதிவிலக்குகளைக் கடந்து
எரிந்துகொண்டுதான் இருக்கிறது
பக்கிரிசாமி வீட்டு விளக்கு.
ஒரு நாள் பாக்கிரிசாமி காணாமல் போய்விட்டதாய்
பேசிக்கொண்டது ஊர்.
எங்கே தொலைந்தார் என்பதைவிட
எங்கு தொலைத்தோம் என்பதில்
ஆர்வம்காட்டியது ஆச்சர்யம்
வெற்றிலையில் காம்பு கிள்ளும் பெரியாத்தா கிழவி
முதன்முறையாக அழ ஆரம்பிக்கிறாள்.
கண்டுபிடித்தவனை தொலைத்த வேதனையில் இல்லை
வெற்றிலை காடு குத்தகைக்கு
கைமாறிப்போன வேதனையில்...

எங்கு கரகாட்டம் நடந்தாலும் தாத்தா போய்விடுவார்
வீட்டில் இருக்கும் பொழுதுகளைவிட
வெளியில் கழிக்கும் பொழுதுகளே அதிகம்...
சிம்னி விளக்கின் வெளிச்சம்
தாத்தாவின் இரவை ஒப்பனைப்படுத்தும்...
அரிதாரம் இல்லாமல் சிரிக்கும் பாட்டியின்
அடுக்களையில் அடிக்கடி கடுகு வெடிக்கும்.
வெள்ளாமை பொய்த்தாலும்
விளைச்சல் மிதமிஞ்சிப் போனாலும்
தாத்தாவின் தாகத்தில் வறட்சி வந்ததில்லை...
கரகாட்டக்காரி கங்கா
அல்லி வேடம் கட்டும் வேதவல்லி
இப்படியான பெயர்களை உளறும் தாத்தாவின்
உதடுகள்...
மல்லுவேட்டி மைனர் சைனா சிலுக்கு ஜிப்பா
தாத்தாவின் கிளாமருக்கு குறைச்சல் இல்லை...
வெடக்கோழி சமைக்கும்போதும்
கருவாட்டுக் கொழம்புக்கு
சர்க்கரைவள்ளிக் கிழங்கு சேர்க்கும்போதும்
சத்தம் போட்டுப் பாடுகிறாள் பாட்டி
அர்ஜுனன் தபஸ் தெருக்கூத்துப் பாடலை...
சுவரில் தொங்கும் தாத்தாவின் புகைப்படத்தில்
பக்கத்தில் நின்றுகொண்டிருக்கிறாள் பாட்டி.
எல்லாம் நடந்த வீட்டுக்குள்ளிருந்து
வெளியேறுகிறேன் ஒன்றும் தெரியாமல் நான்.

●

அதென்னவோ பொட்டுகளை
வட்டமாகப் பார்த்தே பழகிவிட்டது மனசு.
ஒரு ரூபாய் நாணய அளவில்
சிரிக்கும் கீரைக்காரக் கிழவியின் பொட்டு
காலணா அளவிற்கு சிக்கனமாய்
இருக்கும் அம்மாவின் பொட்டு
தடயம் தேடி துப்பறியச் சொல்லும்
எதிர்வீட்டு மாமியின் பொட்டு...
வட்டங்களைக் கடந்த வடிவ பொட்டுகளை
அக்காவிடம் பார்த்தேன் பிற்பாடு...
ஸ்டிக்கர் பொட்டுகளால்
நிரம்பியிருந்த குளியறையில்
பாம்பு பொட்டு பார்த்து அலறிப்போனேன்...
நெற்றிக்குமேலே புருவங்களுக்கு மத்தியில்
ஒட்டிக்கொள்ளப்படுகின்றன பொட்டுகள்...
வீட்டுக்கு வந்து செல்லும் சுமங்கலிப் பெண்களுக்கு
இன்று வரை அம்மா தரும் குங்குமத்தில்
வட்டமாகத்தான் இட்டுக் கொள்ளப்படுகின்றன
பொட்டுகள்.
ஒப்பனையில்லாவிட்டாலும் பொட்டில்லாத
அவள் நெற்றி ஏற்றிவிடுகிறது கோபத்தை எனக்குள்...
முத்தங்களால் இட்ட பொட்டுக்குள்
ஒட்டிக்கொண்டது என் உதடுகள்...
வேண்டும் வண்ண வண்ண பொட்டுகளில்
கழுத்தைக் கட்டிக்கொள்ளும் மகளின்
உள்ளங்கையில் கொட்டிக்கொண்டிருந்தது
பாசத்தின் பொட்டு ஒன்று...

முதன்முறையாக
அப்போதுதான் பார்க்கிறேன்
நிழல் பறவையை கொத்திக் கொண்டிருந்தது
அந்த நிஜப் பறவை...
தன்னைப்போல் அசைக்கும் அதன் சிறகை
பொறாமையாய் பார்த்தது.
அந்த கண்ணாடிக் கடையை கடந்துபோன
ஒரு இலையுதிர்கால மதியத்தில்
தன் பிம்பம் பார்த்து வேகமாய்ப் பறந்தது அது.
கிளைகளில் அமர்ந்தபோது
இரண்டொருமுறை குளத்தில் தன் உருவம் கண்டு
அது தானில்லை என்பதில் உண்டான நம்பிக்கை
அதன் ஆகாயத்தை காயப்படுத்தியது...
மரம் கொத்தும் தன் அலகை
நிழல் கொத்த அனுமதித்தது அதன் விபரீதம்...
பறப்பது தான் அல்ல என்பதில்
காட்டும் அதன் அக்கறை
கவிதையுடன் அருகில் செல்லும் என்னைப் பார்த்து
பறக்க ஆரம்பித்தது நிதானமாக.
இப்போது நிஜப் பறவையை
கொத்த ஆரம்பித்தது நிழல் பறவை...

புகைப்படங்களுக்குப் பின்னே
கதை சொல்வது அவனுக்குப் பிடிக்கும்...
அவன் என்றால் நிச்சயம்
அது நீங்கள் இல்லை...
அவனுக்கும் உங்களுக்கும்
இருக்கலாம் நிறைய வித்தியாசங்கள்...
சமீபத்தில் எடுத்துக்கொண்ட சுயமியில்
அவனைப் பார்த்து சின்னதாய் புன்னகைத்த
உங்களில் சிலருக்கு அவனைத் தெரிந்திருக்கலாம்...
அவனின் சுயமிகளில் அதிகம் நிரம்பியிருந்தது
நீங்கள்தான்
என்று தெரியாது உங்களுக்கு...
நிறங்களில் குறைந்திருக்கும் உங்கள்
புகைப்பட ஆல்பங்களில் அடிக்கடி
அவனைத் தேடும் உங்கள் விழிகளில்
உங்களையே நீங்கள் கண்டு
வியந்திருக்கலாம் அபூர்வமாக...
வேலிகள் தாண்டும் உங்கள் மனக்கிளைகளில்
கூடுகட்டும் அவன் நினைவுகளை
தாலாட்டவே செய்யலாம் உங்கள் இருப்பு...
அவனை எப்போதாவது சந்திக்கும் ஆவலில்
உங்களை தொலைத்துவிடக்கூடிய ஆபத்துகள்
அதிகம்...
இப்போதுதான் முதன்முறையாக
அவன் எச்சரிக்கையை கவனிக்கிறீர்கள்...
அவானாகி கொண்டிருக்கிறீர்கள் நீங்கள்
அவன் எப்போதும் நீங்களாகவே இருந்திருக்கிறான்...

பெயர் சொல்ல வெட்கப்பட்ட
ஒரு பெண் குழந்தையை நேற்று
அங்காடியில் சந்தித்தேன்
அப்பாவுடன் தக்காளி பொறுக்கிக் கொண்டிருந்தாள்...
என் கேள்வியை மிரட்சியுடன் எதிர்கொண்ட
அவளுக்கு
அப்பாவின் கைவிரல் அப்போதைக்கு பாதுகாப்பு...
சாலையை கடந்தபோது அம்மாவின்
விரல்பிடித்துப் போன இன்னொரு பெண்
குழந்தையிடம்
கேட்ட அதே கேள்விக்கு மறுப்பு மட்டுமே பதிலாய்
வந்தது
கரைந்து வழிந்து உருகிக்கொண்டிருந்தது ஐஸ் க்ரீம்...
அம்மாவும் அப்பாவும் உடன்வந்த தம்பியுமாய்
பின்னொருநாள் திரையரங்கில்
அதே கேள்விக்கு தன் வெள்ளைநிற டெட்டி பியருக்கு
வைத்த செல்லப்பெயர் வரை பகிர்ந்துகொண்டாள்
பாப்கார்ன் கனவுகளை பங்கிட்டுக்கொண்டது
இன்னொரு பெண் குழந்தை...
கேள்விகளை நான் கேட்ட இடமும்
அதை எதிர்கொண்ட குழந்தைகளுமாக
கவிதை நிரம்பிக் கொண்டிருக்க
ஏதும் அறியாத ஒரு பெண் குழந்தை
என்னை,
உன் பெயர் என்ன என்று விசாரிக்க ஆரம்பிக்க
முடிந்துவிடுகிறது இந்தக் கவிதை பலவீனத்துடன்...

யாரோ எறிந்த கல்
குளத்தின்மேலே மிதக்கிறது வளையங்களாக.
ஒவ்வொரு வளையத்திற்குள்ளும்
மூழ்கி எழுகிறது ஒரு பட்டாம்பூச்சி...
நதியில் துள்ளிக் குதித்த மீனின்
அதிர்வில் குலுங்கி அடங்கிய
அதன் கரையெங்கும் ஒதுங்கியது சிப்பிகள்...
தேநீர்க் கோப்பையில் கரைந்த சர்க்கரையை
பிரித்தெடுக்கும் உதடுகளில்
தொட்டுப் போகிறது அந்த ஒற்றை மழைத்துளி...
குழம்பிய நிறக் கலவையில்
தனித்துத் தெரிய ஆரம்பித்த ஓவியம்
மேலிருந்து கீழாக இடமிருந்து வலமாக
சிதறிய வார்த்தைகளில் எழுத ஆரம்பித்தது...
கொட்டிய தானியங்களை
குழப்பமில்லாமல் கொத்திச்செல்லும்
புறாவாகும் தருணங்களை
பறக்கவிடுகிறது இந்தக் கவிதை...
நீங்கள் வாசித்து முடிக்கும்போது
அந்த வெற்றிடத்தை நிரப்பியிருக்கும்
பறவை உதிர்த்த அந்த ஒற்றை இறகு...

வழிதெரியாமல் மாட்டிக்கொண்ட
ஒரு வழிப்போக்கனைப் போல
அந்த இரவுநேரப் பேருந்தில் சிக்கிக்கொண்டது
சாயம்போகாத அந்த வண்ணத்துப்பூச்சி.
தேநீர் இடைவேளையில் இறங்கிய
கூட்டத்திற்கிடையில்
உடன் வந்து உள் நுழைந்திருக்கவேண்டும்...
இரவின் இருள்போர்த்திய சாலையில்
ஓடிக்கொண்டிருக்கும் பேருந்தில்
சதா அலைந்துகொண்டிருந்தது அது...
தோட்டத்தின் முகவரி தொலைந்திருந்ததை
படபடக்கும் அதன் இறக்கைகள்
சொல்லிக்கொண்டது...
களைத்து ஒரு கட்டத்தில் ஜன்னல்வழி வெளியேறி
மீண்டும் உள் நுழைந்துவிட்டது அது...
அதன் விடுதலை உள் இல்லை என்பதை
உணர முற்பட்டிருக்கும் பொழுதில்
அமர ஆரம்பித்தது குடைக்கம்பிகளுக்குமேல்.
வண்ணத்துப் பூச்சியின் மொழி தெரிந்திருந்தால்
ஒருவேளை விசாரித்து இருக்கலாம்...
மின்மினி இரவுகளை ரசிக்க ஆரம்பிக்கும்
என் கண்களில் விழுந்தது அதன் தனிமையின் நிழல்.
உடன் அழைத்துப்போகும் என் எண்ணத்தில்
நள்ளிரவில் இறங்கிய என்னுடன்
இறங்கிய அதன் துணிச்சல்
அந்த நீல இரவை வெண்ணிறப் பகலாக்கியது...
அனேகமாக என் வீட்டிற்குப் பின்னே
ஒரு தோட்டம் உருவாகலாம்...

அந்த மரங்கொத்தியுடன்
ஒரு நாள் வனத்தில் காணாமல்போனேன்...
பின்வாசல் முற்றத்தில் பாடிக் கொண்டிருந்த
வானம்பாடியிடம் அது அறிமுகம் செய்தது.
பின்னொருநாள் இருவரும் இணைந்து
மீன்கொத்தியை சந்திக்கப்போனோம்...
தந்திக் கம்பிகளில் அமர்ந்த குருவிகளை
விரட்டிக்கொண்டிருந்த ஒரு அந்தி மாலையில்
மழை ஏந்த ஆரம்பித்தோம் அனைவரும்...
சிறகுகள் உலர்த்தும் நேரத்தில் கவனமாக
ஆகாயம் உரசி சாளரம் திறந்தோம்...
கூடுகள் பற்றி கவலையில்லாமல்
பறந்துகொண்டிருக்கும் வல்லூறுகளை
திசைகளில் தேடித் திரிந்தது மனசு.
எனக்குள் இறக்கைகள் முளைக்க ஆரம்பிக்க
பறவைகளைப் பார்க்கிறேன்
அது ஒரு மனிதனாய் என்னைப் பார்த்து சிரித்தது.
உடன் பறக்கும் என் ஆசையில்
அதன் இருப்பிடம் கூடுகள் தொலைக்க
நான் பறக்கும் பறவை நிழல் தேடி நடக்கிறேன்.
ஒரு பறவை மனிதனானதும்
ஒரு மனிதன் பறவையாய் ஆனது அப்போதுதான்...
இதனால் அறிவிக்கப்படும் செய்தி
பறவைகள் பறக்க மட்டும் செய்வதில்லை...

●

ஒவ்வொருமுறை தலை துவட்டும்போதும்
வந்துபோகிறது புனல் இருந்ததாக
சொல்லிச் சென்ற தாத்தாவின் நினைவு...
நதிக்கரையெங்கும் எதிரொலிக்கும்
ஒற்றைக் குரலில் மிதக்க ஆரம்பித்தது பரிசல்...
மணல் மூழ்கிய கடையாணியில்
தளும்பியது நேற்றைய ஆற்றின் காதல்.
சுழலில் சிக்கிக்கொண்ட ஆகாயத் தாமரை
சருகுகள்மேல் அமர்ந்துபோனது தட்டான்கள்...
மதகு நிரம்பிய பொழுதுகளின் பயம்
யாருமற்ற பிரதேசத்தின் தனிமை வரியை
சுடுமணலில் எழுதிச்செல்கிறது யாருக்காகவோ...
படித்துறையெங்கும் காய்ந்த சிப்பிகள் கண்ணாமூச்சி ஆட
தாத்தாவின் ஒற்றைக்கால் செருப்பாக
யாரும் கவனிக்காமல் கிடந்தது அந்த ஆறு...
புனலை பூட்டிவைத்தவர்களுக்கு
கடலின் ஆழம் அளக்க அழைக்கிறது இந்தக் கவிதை...

குருவி ரொட்டி குச்சி மிட்டாய்
அருவிக்கரையோர நாணல்
நுணாப்பழம் கருவேலமுள் கள்ளிச்செடி
ஒற்றையடிப் பாதையாய் காதல்...
நடைவண்டி நாயர் கடை தேநீர் விடுதி
அரச இலை உள்ளங்கை பதம் பார்த்த
வெண்பொங்கல் குளம்மிதந்த அல்லி
நினைவில் உதிக்கும்
அப்பா இன்னபிற நண்பர்கள்...
பண்டிகை நாள் அரிசிக் கோலம்
இழுத்துச் செல்லும் எறும்பு
மாடத்தில் எரியும் விளக்கு தோட்டத்து காசித்தும்பை
விட்டிலாய் சிறகு விரிக்கும்
அக்கா, அம்மா...
கார் கண்ணாடியில் எழுதிய
புழுதியில் நெளியும் பெயராக
ஒரு பயணத்தைக் கொண்டுவந்து
சேர்க்கிறது அந்த சாலை...
தனிமையில் கடந்துபோகும்
அந்த வாகனத்தின் முகப்புவிளக்காக
ஒளி பாய்ச்சிச் செல்கிறது ஒவ்வொருமுறையும்...
அதிர்ந்து குலுங்கி இருட்டில் தொலையும்
ஒரு யாத்திரையைச் சொல்ல நினைப்பதில்லை
இந்தக் கவிதையின் நோக்கம்...
காத்திருக்கும் மரங்களின் கிளைகளில்
கூடுகட்டும் பறவைகளைத் தேடும்
ஒரு ஆதிமரத்தின் வேரின் ஏக்கம் என்க...

◆

அப்படியே பார்த்துப் பழகிவிட்டது
நிலைக்கண்ணாடியும் குங்குமச்சிமிழும்
புழக்கடை கிணற்றடியும்
துணி துவைக்கும் கல்லும்
கதவிடுக்கில் இருந்து வரும் குரலுமாக
எந்த மாற்றமும் இல்லாமல்...
அதனதன் இருப்பில் அது அது இருக்க
மாறியிருக்கிறேன் நான் மட்டும்.
அப்பாவின் வெள்ளை வேட்டியை
கிழித்து ஆக்கிவிட்டோம் இட்லித்துணியாக...
அடுப்பில் இருந்து சுடுபாத்திரம் இறக்கும்
பிடித்துணியாய் ஆகிவிட்டது அக்காவின் தாவணி...
மிச்சம் மீதி துணியை எனக்கும் தம்பிக்கும்
தலையணை ஆக்கிக்கொண்டோம்...
மழைச்சாரலில் ஜன்னல் சாத்தியதும்
வெயில் காலத்தில் தாழிட மறந்ததும்
மொட்டைமாடியில் உதிர்ந்த
முருங்கைப் பூக்களை கூட்டிப் பெருக்கியதும்
அப்படி அப்படியே தங்கிவிடுகிறது
மனத்தாழ்வாரத்தின் இடுக்குகளில்...
ஊறுகாய் ஜாடி இப்போது சர்க்கரையால்
நிரம்பி வழிகிறது.
சாவி தொலைத்த மறுநாளுக்கும் மறுநாள்
எலுமிச்சைமர நிழலில் இளைப்பாறுகிறது
அணிலொன்று பாதி கடித்த கொய்யாவுடன்...

அக்காவின் கதாநாயகன்
இப்படித்தான் அழைப்போம் நாங்கள்...
வெட்டிவைத்த படங்களில் ஒவ்வொருமுறையும்
தன் ஆகாயம் தீட்டிக்கொள்வாள் அவள்
அந்தரங்கங்களுக்கு வண்ணங்கள் பூசாமல்...
தனிமையில் அதிகம் முணுமுணுப்பாள்
அந்த நடிகன் நடித்த ஏதோ ஒரு படம்
ஏதோ ஒரு பாட்டாக இருக்கும் அது...
ரகசியம் பேசும் அக்காவை
தனிமையில் சிரிக்கும் அக்காவை
கணக்கு நோட்டில் கோலமிடும் அக்காவை
கல்யாணத்திற்குப் பிறகு
பார்க்கமுடியாமல்போனதில் வருத்தம் எனக்கு...
மாமாவுடன் சேர்ந்து அந்த நடிகன் படம் பார்ப்பதை
வலுக்கட்டாயமாய் கடந்தே போகிறாள்...
சேனல் மாற்றி ரசித்த பாடலை விடுதலை
செய்கிறாள்...
அந்த நடிகனின் திருமணத்தில் அதிகம் அழுத்தவள்
விவாகரத்தானபோது இனிப்பு செய்து
கொண்டாடியவள்
தற்கொலை செய்துகொண்டபோது கதறியவள்
அக்காவின் பிம்பங்களில் யாதுமாகிற ஒன்று
அமர்ந்துபோகிறது என்னையும் அறியாமல்.
மாமாவிற்குத் தெரியாமல் கண்ணீர் துடைக்கும்
அவளிடம்
நான் சொல்லிக்கொண்டதேயில்லை
மனைவிக்குத் தெரியாமல் தன் கதாநாயகியை
மனதிற்குள் வைத்திருக்கும் தம்பியின் ரகசியத்தை...

அந்த சூனியக்கார கிழவியின்
மந்திரக்கோலை நேற்று களவாடிவிட்டேன்...
உடைந்த சாபங்களை ஒட்டி
வரங்களுக்காக யாகம் வளர்க்கத் தொடங்கினாள்...
கொழுந்துவிட்டு எரியும் ஜுவாலையில்
ஒரு கணம் தேவதையாக தெரிந்து
மறைந்தது அவளின் பிம்பம்...
களவாடியவனை கண்டுபிடிக்கும்
அவளின் தேடுதல் வேரில்
பூக்க ஆரம்பித்தது வன்ம பூக்கள்...
தேவதைகளைச் சபிக்கும் அவள்
மெல்ல தேவதையாகிக் கொண்டிருந்தாள்
அவளுக்கே தெரியாமல்...
ஒவ்வொரு விரலிலும் யானைகளை
மோதிரங்களாக மாட்டிக்கொண்டிருந்தாள்...
இதுநாள் வரை இருட்டில் நனைந்திருந்த
அவள் வீட்டில் முதன்முறையாக
எரிய ஆரம்பித்தது விளக்கு...
வனம் நுழைந்த களிறாக
பிளிற ஆரம்பித்தது அவளின் நிகழ்...
என்னிடம் இருந்து தப்பிச்செல்ல
பிரியம் காட்டாத அவளிடம்
தொலைய ஆரம்பிக்கிறேன் முதல்முறையாக...

வனம் தொலைத்த யானை ஒன்றை
நேற்று வழியில் சந்தித்தேன்...
மலைசுமந்து நடக்கும் அதன்
பாதையெங்கும் நடந்து வந்தது ஒரு காட்டாறு...
அதன் பிளிறலில் பூனையின் குரல்
லேசாக எட்டிப் பார்த்ததில்
தடுக்கி விழுந்தது அதன் பின்னங்கால்கள்...
தந்தங்களில் அமர்ந்துபோனது
பின்னாளில் அதன் நினைவுகளில்
கூடுகட்டிய தட்டான்கள்...
நிலம் துழாவிய தும்பிக்கையில்
மண்வாசனையுடன் கலந்திருந்தது அதன்
வனவாசனை...
பரணி மறந்திருந்த அதன் சுவடுகளில்
அங்குசத்தின் ரேகைகள் ஆரூடமானது...
இருப்பிடங்களை விலக்கியிருந்த
ஒரு பெருவெளியில் கூட்டமாய் தொலைந்தது அது...
பாகனை முதன்முதலாகச் சந்தித்த நாளின்
பிற்பகலில் தொடங்கியது அதன் யாசகம்.
சொல்ல ஆரம்பித்தது அந்தக் களிறு
தான் யானையாய் மாற ஆரம்பித்த கதையை...
வனம் சுமந்து நடக்கும் என்னை
ஒரு காடாக பார்த்திருக்க வேண்டும் அந்த யானை.
இப்போது என்மீது சவாரி செய்யத் தொடங்கியது அது
நான் வனம் நோக்கி நடக்க ஆரம்பித்தேன்...
வனம் ஒரு புள்ளியாய் எங்களை
விழுங்கத் தொடங்கியது...

●

யாருமற்ற சாலையில்
ஒற்றை மிதிவண்டியில் நானும் தம்பியும்...
பின்னிருக்கையில் நான் முன்னிருக்கையில் அவன்...
அப்பா வியர்வை வழிய மிதிப்பார்
முகத்தில் எந்தச் சலனமும் காட்டாமல்...
ஓடிக்கொண்டிருக்கும் ஆற்றின் ஈரம்
சலசலக்க ஆரம்பிக்கும் எங்கள் காதுகளில்...
அரவமற்ற நிமிடங்களில்
தம்பியும் நானும் பாட ஆரம்பிப்போம்.
பிற்பாடு சைக்கிள் பழகியபிறகு
தம்பியை பின்னிருக்கையில் அமர்த்தி
மிதித்திருக்கிறேன்
எங்களுக்குள் ஓட ஆரம்பித்தது ஆறு...
கத்தரிவெயிலில் ஒரு நாள்
பாலத்திற்குக் கீழே மிதிவண்டி தள்ளிக்கொண்டு
நடத்திருக்கிறேன்
முதல் காதலை பூக்க வைத்தவளுடன்...
தனிமையில் நெடுநேரம் உரையாடிய
நடுநிசி இரவில் பேசத் தொடங்கியது அந்த நிலா.
ஒரு மிதிவண்டியில் சிக்கிக் கொண்ட
ஒற்றை கால்கொலுசாய் இன்னும்
ஓடிக்கொண்டுதான் இருக்கிறது அந்த ஆறு
மனதில் பாலத்திற்குக்கீழே
திருகாணி தொலைத்த காதலாக...

யானையை தூக்கிக்கொண்டு
காகம் ஒன்று பறந்துகொண்டிருந்தது...
நீல காகத்தின் பச்சை அலகில்
யானையின் சிவப்பு ஒட்டிக்கொண்டிருக்க
மகளின் பிஞ்சு விரல்களில்
தொலைந்திருந்தது அந்தத் தூரிகை...
யானைகள் பறக்கவும்
சிட்டுக்குருவிகள் நடந்துபோகவும்
வரைய ஆரம்பிக்கிறாள்.
ஒவ்வொரு ஓவியத்திற்குள்ளிருந்தும்
வெளியேற ஆரம்பித்தது பறவைகள்...
எப்போதாவது என்னையும் வரைய
அவள் ஆர்வம் காட்டுவாள்...
மாடு மேய்த்துக் கொண்டிருந்தது நிலா
விண்மீன்களை மேய்ந்து கொண்டிருக்கும்
அந்தப் புல்வெளியெங்கும்
தறிகெட்டு ஓடிக்கொண்டிருந்தது
கயிறு அறுந்த களிறு ஒன்று...
அவளின் தோட்டம் பச்சையாக இல்லாமல்
பூக்க ஆரம்பித்தது நிறமற்ற நிறத்தில் ஒரு பூ...

●

முன்பொரு காலத்தில் அந்த நிறம்
தன்னிறமாக இருந்ததை உணர்ந்தபோது
புசிப்பதை நிறுத்தியிருந்தது அந்தக் கிளி...
வெளிர் பச்சையில் கண் சிமிட்டிய கோவைப்பழம்
பிறிதொரு நாளில் தன் அலகை
ஞாபகப்படுத்தியபோது
லேசாகக் குலுங்கியது அதன் கூடு...
ஆருடம் சொல்லிய கிளி ஜோசியக்காரனின்
நெல்மணிகளைத் தேடவைத்தது அதன் பசி...
தன் மொழிமறந்த உரிந்த நாக்கில்
ஆதிமொழியின் தழும்பு உறுத்தியது அடிக்கடி...
தோளில் அமர்ந்திருக்கும் தன் மூதாதையின்
நேற்றைய திமிர் தொலைந்திருந்தது அதனிடம்.
கிளி என்று யாராவது அழைக்கமாட்டார்களா
ஏக்கத்தில் அமர்ந்திருந்த அதனருகில்
எங்கிருந்தோ பறந்து வந்தது ஒரு காகம்...
முதன்முறையாக தான் கிளியாக இருந்த கதையைச்
சொல்ல ஆரம்பித்தது அந்தக் காகம்...
நீரோடையில் தெரிந்த தன் நிறம் பார்த்து
சிரிக்க ஆரம்பித்தது அந்தக் கிளி...
யாரோ சொல்லிக் கொண்டனர்
அது கிளியும் அல்ல, காகமும் அல்ல, பறவை என்று.

நதியைத் தூக்கி தோளில் போட்டுக்கொண்டு
கரையேறிக்கொண்டிருந்தான் சித்தன்.
கரையெங்கும் திவலைகளாய் சிதறிய துளிகள்
ஆறுகளை தோற்றுவித்துக் கொண்டிருந்தது.
மணல்வெளியெங்கும் ஆதிசேடனை
பரப்பிவிட்டு தூங்கிக்கொண்டிருந்த அதன் நித்திரை
சித்தனின் கால் பட்டு நெளிய ஆரம்பித்தது.
பிற்பாடு நாகரீக தொட்டிலில் புட்டிப்பாலுடன்
புரண்டு படுத்து அழ ஆரம்பிக்கும் குழந்தையானது...
கிலுகிலுப்பை மறந்த தன் முகத்துவாரங்களில்
ஈரம் கசிய ஆரம்பித்திருக்கும் சித்தனைப் பார்த்து.
இறக்கிவிடும்படி எவ்வளவு கெஞ்சியும்
இரக்கமில்லாமல் நடக்கும் அவனைச் சபிக்க
ஆரம்பித்தது நதி.
ஒருவழியாக சமுத்திரம் அருகில் நின்றது
அவன் நடைப்பயணம்
அடம்பிடித்த நதியின் காது திருகிய சித்தனை
ஒன்றும் செய்யமுடியாமல் வலைக்குள்
பதுங்கத் தொடங்கியது நண்டொன்று.
திருவிழாக் கூட்டத்தில் தொலைய ஆரம்பித்தது நதி
பிஞ்சு விரல்களில் படிந்திருந்த மணல்வீட்டில்
நுரைப் பூக்களை போர்த்தியிருந்தது அந்தக் கடல்.
இப்போது நதியின் தாகத்தில்
அந்த சமுத்திரம் ஒற்றைத்துளியாகிக் கொண்டிருந்தது.
சித்தன், வழக்கம்போல்
நதியிருந்த இடம்நோக்கி நடக்க ஆரம்பித்தான்.

⬢

ஒரு ஆண் வெயில் ஒரு பெண் வெயில்
உரசிக்கொண்டது நனைந்தது பூமி...
ஒரு ஆண் மழை ஒரு பெண் மழை
கட்டிக்கொண்டது வெளுத்தது வானம்...
ஆண் வாசனை நுகரும் பெண் பூவாக
பெண் வாசனை வருடும் ஆண் பூவாக
மாறிப்போகிறது யாவும் யாதுமாகிறது தீவும்...
நகக்கண்களில் முகம் பார்க்கும் மேகம்
சூல் கொள்கிறது கனவுகள் யாவும்...
யாமத்தில் விழித்து இரவு ஆலமரத்தின் விழுதில்
ஊஞ்சலாடுகிறது காமம்...
அசைத்துவிட்டு ஓடி ஒளிந்துகொள்ளும்
சிறுதூறலாக நெற்றிதொட்டு கீழிறங்குகிறது அச்சம்...
ஆண் இருட்டை பெண் இருட்டு போர்த்திக்கொள்ள
தீபத்தின் சுடரெங்கும் நாணம்...
ஆண் காதலை விட்டுச்சென்று பெண் காதலை
தூக்கிச்செல்கிறது காதல்...
வெற்றிடங்களில் நிரம்பாமல் நிரம்புகிறது
பெண் ஆற்றைக் குடிக்கும் ஆண் ஆற்றின் மூர்க்கம்...

தேவதை கனவுகளோடு
அடிக்கடி தொலைந்துபோகிறேன் நான்...
மந்திரம் மறந்து விழிக்கும் தருணங்களுக்காக
காத்திருக்கிறாள் சூனியக்கார கிழவி...
ராத்திரி வெயில் நந்தவனங்களை நனைக்க
நிலா பூக்கத் தொடங்கியிருந்தது என் நந்தவனத்தில்.
எங்கிருந்தோ பட்டாம்பூச்சியாக
பறந்து வந்து என் போர்வைக்குள்
படுத்துக்கொண்டது அந்த ஆகாயம்...
மந்திரக்கோல் முழுதும் நட்சத்திரங்கள்
அக்கறை கோர்க்கிறேன் உதிர்ந்துவிடாமல் இருக்க...
மிதக்கும் வெள்ளை தேவதையும்
நெருப்பில் கால்பதித்து நடக்கும்
கருப்பு உடை சூனியக்கார கிழவியும்
குளித்து எழுந்துசெல்லும் நதியில் இருந்து
பறக்க ஆரம்பிக்கின்றன பறவைகள்...
ஏதோ ஒரு பறவை என் பெயரை சத்தமிட்டுச் சொல்ல
முதலில் திரும்பியது தேவதை என்றாலும்
புன்னகைத்தது என்னவோ சூனியக்கார கிழவிதான்...
ஒரு புன்னகையின் பின்னே
ஒளிந்துகொண்டிருக்கிறது யாவும்...
தேவதைகளால் காதலிக்கப்படுபவர்களைவிட
சூனியக்கார கிழவிகளால்
ஆசீர்வதிக்கப்படுபவர்கள் ஏராளம்...

நொய்யல் ஆற்றில்
அப்பாவின் துண்டு போட்டு
நானும் தம்பியும் மீன் பிடித்திருக்கிறோம்...
மாமாவிற்கு மீன்குழம்பு வைப்பதென்றால்
அலாதிப் பிரியம்...
உப்புக்கண்டம் இல்லாமல்
அப்பத்தாவிற்கு தொண்டையில் சோறு இறங்காது.
சேற்றில் இறங்கி ஊரெல்லாம்
மீன்பிடித்த கதையை இன்றுவரை
சொல்லிச் சிலாகிக்கிறோம்...
ஹார்லிக்ஸ் பாட்டிலில் மீன் வளர்த்த
எட்டாம் வகுப்பு ஏ பிரிவில் படித்த
வனிதாவை இன்னும் மறக்கமுடியவில்லை என்னால்.
தூரிக்கு மீன் வறுப்பதென்றால் பிடிக்கும்
ஆனால் அந்த வாசனை "உவ்வே" என்பாள்...
அபிராமி அக்கா மீன் சமைக்கும்போது
மூக்கை பொத்திக்கொள்வாள்
ஏன் என்பது இப்போதுதான் புரிகிறது எனக்கு...
பெரியகுளத்தில் கால்களை நனையவிட்டபடி
மீன்களுக்கு பொரி போட்டபடி
அறிவியல் ரெக்கார்ட் வரைவாள் தங்கை...
மீன்களுடன் பயணித்த வாழ்க்கை
தூண்டில்களில் சிக்கும் வரை அகப்படுவதேயில்லை
கண்ணாடித் தொட்டிக்குள் வாஸ்து மீனைப் பார்த்தபடி
கண்ணீர் சிந்துகிறாள்
என் முகநூல் தோழி ஒருத்தி...
மீன் போட்டு மீன் பிடிக்கும் என் சகதோழன்
ஒருவனின்
மின்னஞ்சலை படித்துக்கொண்டிருக்கிறேன் நான்...

●

முகம் பார்க்கும் கண்ணாடியில்
வழுக்கிப்போன முகங்களை
ஆகாய கிளையில் ஊஞ்சலாடிக்கொண்டே
பார்த்துக் கொண்டிருந்தது அந்தப் பறவை...
முகமூடிகளுடனும் அரிதாரங்களுடனும்
கடந்துபோனது பல முகங்கள்...
புன்னகை கோபம் வன்மம்
இவைகளுக்குள் புதைந்துபோயிருக்கும்
மறந்துபோன தன்முகம் தேடி
நடந்துகொண்டிருந்தது சுயங்கள்.
ஒரு நீண்ட வரலாறை பொத்திவைத்திருக்கும்
அந்த நிலைக்கண்ணாடியில்
அடிக்கடி அந்தப் பறவையும்
முகம் பார்த்துக்கொண்டது சுயாதீனமாக.
ஆண்முகம் பெண்முகம்
என்றெல்லாம் சொல்லிக்கொண்டதில்லை
நிலைக்கண்ணாடியைப் பொறுத்தவரை
அதற்கு எல்லாமே முகங்கள்தான்.
பறவை முகத்துடன் வந்த ஒருவனும்
பாம்பின் முகத்துடன் வந்த ஒருத்தியும்
புன்னகைத்துக் கொண்டனர்...
கிளை முளைத்த முகத்தின் விளிம்புகளில்
அமரத் தொடங்கியது அந்தப் பறவை...
யாரோ எறிந்துபோன கல் பட்டு
உடைந்து சில்லுகளான கண்ணாடியில்
முளைக்க ஆரம்பித்திருந்தது வேர்கள்
அந்தப் பறவை இனி அதில் கூடு கட்டலாம்...

நான் கடல் வாங்கச் சென்ற நேரம்
அவள் மீன்கள் வாங்க பேரம் பேசிக்கொண்டிருந்தாள்.
கரையொதுங்கிய அலைகளுடன்
பேச ஆரம்பிக்கிறேன் நான்...
நுரை பூக்களில் மிதக்க ஆரம்பித்தது வானம்
கண்ணாடித் தொட்டிக்குள்.
நீந்த ஆரம்பித்த கடலில்
சிதறிய துளிகளாக துவண்டுவிழுந்தன மீன்கள்.
கொசுறாக கிடைத்த மீன்களுடன்
புன்னகைக்கிறாள்
கடலுடன் வந்த என்னை ஏளனமாய்ப் பார்த்தபடி.
கடலுக்கு கொசுறு வாங்கி வராத
என் தந்திரமில்லா வியாபாரத்தில்
தூண்டில் போட ஆரம்பித்தாள்.
அதென்னவோ,
அவள் தூண்டிலில் மட்டும்
சிக்கிக் கொள்கின்றன மீன்கள்.
மீன்களைப் பிடித்தபடி கரையேறும் கடலை
பரிதாபமாகப் பார்க்கவேண்டிய நிலைமை
இப்போது உங்களுக்கு...

◆

நாகாவின் பிற புத்தகங்கள்

1. தீக்குச்சி விரல்கள் - (கவிதைத் தொகுப்பு 1998)
2. என் வீடும் ஒரு குருவிக்கூடும் - (கவிதைத் தொகுப்பு 2000)
3. மேற்கு கோபுர வாசல் வழியே - (சிறுகதைத் தொகுப்பு 2000)
4. வேர் - (நாவல் 2002)
5. வண்ணத்துப்பூச்சிக்கு வண்ணங்கள் தேவையில்லை - (நாவல் 2003)
6. இருப்பிடம் - (நாவல் 2007)
7. வடபழனி முதல் பட்டினப்பாக்கம் வரை - (கவிதைத் தொகுப்பு 2008)
8. சயனக்கிளைகளில் கீழிறங்கும் வனம் - (கவிதைத் தொகுப்பு 2008)
9. ஆதாமும் ஏவாளுமான ஆப்பிள் கதைகள் - (கவிதைத் தொகுப்பு 2017)